ஸீரோ டிகிரி இலக்கிய விருது—2022

தேர்ந்தெடுக்கப்பட்ட சிறுகதைகள்

ஸீரோ டிகிரி இலக்கிய விருது—2022

தேர்ந்தெடுக்கப்பட்ட சிறுகதைகள்

எழுத்து பிரசுரம்

Title: Thernthedukkappatta Sirukathaigal
Compiled by: Zero Degree Publishing

Ezutthu Prachuram
(An imprint of Zero Degree Publishing)
No. 55(7), R Block, 6th Avenue,
Anna Nagar,
Chennai - 600 040

Website: www.zerodegreepublishing.com
E Mail id: zerodegreepublishing@gmail.com
Phone: 89250 61999

Ezutthu Prachuram First Edition: December 2022
ISBN: 978-93-95511-24-7
TITLE NO EP: 386

Cover Design & Layout: Vijayan, Creative Studio

பொருளடக்கம்

முன்னுரை

ஸீரோ டிகிரி சிறுகதை விருது (2022) தேர்வாளன் என்ற முறையில் நிறைய கதைகள் என் பார்வைக்கு வந்தன. அவற்றை வாசித்தபோது எனக்குள் எழுந்த கேள்வி - ஒரு நல்ல சிறுகதையை எப்படி இனம் காணுவது?

நல்ல சிறுகதையை இனம் காண்பது இருக்கட்டும். சிறுகதையை எப்படி இனம் காண்பது? அது தன்னைத்தானே எழுதிக்கொள்ளும் என்று பூடகமாகச் சொல்லிவிட்டுக் குறுஞ்சிரிப்போடு காப்பி குடிக்கப் போகலாம்.

திடீரென்று ஒரு பொறி மனதில் பற்றி, பகலோ இரவோ, வீட்டில் இருக்கும்போதோ, வெளியில் அலையும்போதோ, மனதில் தன்னைத்தான் எழுதிப் போவது, எழுதுகிற எல்லாச் சிறுகதைகளுக்கும் ஏற்படுவதில்லை. அந்தக் கதை தொடங்க வேண்டிய இடத்தில் தொடங்கி இருக்கும். தறிகெட்டு ஓடிய வண்ணம் இருக்கும். அதை மனத்தில் அசைபோட்டபடி இருந்து, நேரம்

கிடைக்கும்போது லேப்டாப்பிலோ காகிதத்திலோ பகர்த்தி எழுதாவிட்டால் மறதி என்ற ராட்சசனுக்கு அதுவும் விருந்தாகிப் போய்விடும்.

இந்தத் தொகுப்பில் இடம் பெற்றிருக்கும் கதைகளில் எத்தனை அக்னிப் பொறியாகத் தொடங்கியவையோ தெரியாது. எனினும் அவற்றின் விதவிதமான கதையாடல் சற்றே சிறு தீயாகி ஒளிர்ந்து அணைவது காணக் கிடைத்து, தமிழ்ச் சிறுகதையின் எதிர்காலம் பற்றிய நம்பிக்கை தருகிறது.

தேர்வுக்கான கதைகளைப் படிக்கும்போது தெளிவானது இதெல்லாம் -

தமிழ்ச் சிறுகதை நிகழ்தளம், நிகழும் கால விரிவு, குறுக்கம், புனைவு கலந்து தரும் நிகழ்வுத் தேர்வு, கதை கூறும் முறை என்று பல விதத்திலும் நேற்றை விட இன்று கொஞ்சம் வேற்றுமையும் சற்றே புதுமையும் சேர்த்து வருகிறது.

இணைய இலக்கிய இதழ்கள் தாராளமாக வாய்க்கால் வெட்டித் தரும் பாதிப்பில் புதிதாக எழுத வந்த சிலர், அகவயமாக என்று கதையில்லாத கதை எழுத முற்படுகிறார்கள். அகவயமோ புறவயமோ கதையாக அது இருக்க வேண்டும் என்ற அடிப்படை இலக்கணத்தை சௌகரியமாகப் புறக்கணித்துவிடுகிறார்கள் இவர்கள்.

வித்தியாசமான கதைகளும் தென்படுகின்றன.

ரயில் வண்டியோட்டும்போது சிறுநீர் கழிக்க முடியாமல் திணறும் ஒரு புகைவண்டி சாரதியும் (லோகோ பைலட்) அவருடைய பெண் உதவியாளரும், சதுரங்கம் *chess tournament* போட்டியில் பங்கு பெற்று வெற்றியை விட்டுக் கொடுப்பவனின் ஈழத்தமிழ் இளைஞனின் சித்தரிப்பும் (இங்க்லீஷ் ஓப்பன், டச் டிபென்ஸ் என்று காய் நகர்த்தும் குறிப்புகளோடு), பாலைவனத்துக்குக் கொண்டு செலுத்தப்படும் யானை என்றும் கதைகள் படிக்கக் கிடைத்தன.

எழுத்தாக வரும் தமிழ்ச் சூழலின் எல்லைகள் விரிவடைந்திருக்கின்றன. நீதி போதனைக் கதைகளோடு, பெற்ற

மகளைப் படுக்கைக்கு அழைக்கும் தகப்பனும், தற்கொலை செய்யும் மகளும், மனப் பிறழ்வுள்ள கொழுந்தனின் குறியறுக்கும் மதனியும், சூர்ப்பனகையைக் காமுறும் தெருக்கூத்து ராமன் வேடக்காரனும் கூட இந்தக் கதை மாந்தரில் உண்டு.

தேர்வு செய்யக் கிடைத்த கதைகளில் நகைச்சுவையைத் தேடினேன். காணோம். கதையோடு ஒட்டிக் கலந்து வரும் நகைச்சுவையாக, பாரதியாரின் 'காக்காய் பார்லிமெண்ட்' போல ஒரு கதை எழுதப்படட்டும்.

எங்கே, எப்படி முடிக்க வேண்டும் என்று ஒருசில கதைகளில் தடுமாற்றம் தெரிகிறது. எனினும் குளத்தங்கரை அரச மரத்தைக் கடந்து தமிழ்ச் சிறுகதை வெகுதூரம் வந்துவிட்டது.

அதைப் புலப்படுத்தும் தொகுப்பு இது.

- இரா. முருகன்

3 டிசம்பர் 2022

நிலவின் சத்தம்

அகரன்

விபுலன், இரண்டாவது பெண்ணை வைத்திருந்தான். அவள் இலங்கையைச் சேர்ந்தவள். சிறுவயதிலேயே பாரிஸ் வந்துவிட்டவள். அவள் பெயர் நீலா. இப்போது நீலா வைத்தியசாலையில் அனுமதிக்கப்பட்டுள்ளாள். அதற்கு விபுலன் காரணமில்லை. யார் காரணம் என்று யாருக்கும் தெரியவில்லை.

அவனது வாழ்வின் அதிர்ச்சியான அருங்கனவாக இருந்த முதல் பெண்ணான சார்லொத்தைப் பற்றியே நினைத்துக் கொண்டிருக்கிறான். அந்த நினைவோடு நீலா சேர்ந்துவிட்டிருக்கிறாள்.

விபுலன், 1983இல் கொழும்பில் பிறந்தவன். அவன் பிறந்து ஆறுமாத குழந்தையாக இருந்தபோது அவன் பெற்றோர்கள் இல்லாமல் போனார்கள். என்ன நடந்தது என்பதைப்பற்றி அவன் சித்தப்பா

சொல்லவில்லை. அவன் சிறுவனாக இருந்தபோது தனது பிள்ளை எனப் பதிந்து அவனைத் தனது புது மனைவியோடு பிரான்சுக்கு கெட்டித்தனமாக அழைத்துவிட்டார். பின்னர் அவனது சித்தப்பாவுக்கு நான்கு பிள்ளைகள் பிறந்தார்கள். சித்தியின் வளர்ப்பு வட்டத்துக்குள் விபுலன் வராததை உணர்ந்த சித்தப்பா அவனை ஒரு விடுதியில் சேர்த்துவிட்டார்.

அவருக்கு அவனைத் தன் உடல் அங்கம் போல பிடிக்கும். தன் அண்ணனின் மறுவடிவமாக அவன் வளர்ந்துவந்து கொண்டிருந்தான்.

"தாய்- தேப்பன் இல்லாத பிள்ளையை இப்படி விட்டுவிட்டேனே!" என்ற வருத்தம் அவரிடம் *Champagne* ஐ அடைத்து நிற்கும் தக்கை போல அடைத்து இருந்தது.

"இஞ்ச பாருங்கோ! எல்லாற்ற பிள்ளையையும் நான் வைத்து பார்க்கேலாது."

என்று தன் மனைவி சொன்ன பின் அவருக்கு வாழ்வே இருண்டு விட்டது. வருங்காலத்தில் விபுலன் மனம் நோகாமல் இருக்கவேண்டும் என்றுதான் அந்தக் காரியத்தைச் செய்தார்.

விபுலன் அப்படி விடுதியில் சேர்ந்து படிக்க ஆரம்பித்தபோது அந்தப் பள்ளியில் அவனோடு படித்தவள்தான் சார்லொத். விபுலனின் தோற்றமும், சிரிப்பும், வெள்ளை வெளேரென்ற பற்களும் அவளுக்குப் பிடிக்கும். விடுமுறை காலங்களில் விபுலன் விடுதியிலேயே தங்கிவிடுவான். அதை அவதானித்த சார்லொத் தன்னோடு அவனை அழைத்துக்கொண்டு தன் வீட்டுக்குச் செல்வதை வழக்கமாக்கினாள். அவர்கள் பல்கலைக்கழகம் சென்றபோதுதான் நீலாவை சந்தித்தார்கள். விபுலனுக்கு இரு பெண்களும் அப்படித்தான் கிடைத்தார்கள்.

இந்தக் கதையை விபுலன்தான் சொல்லப்போகிறான். அவன் கதையை வேறு யாராவது சொன்னால் அது அழகல்ல. அவன் தனியே தன் அறையில் இந்த இரவை கழிக்கிறான். முதலில் சார்லொத் இருந்தாள், பின்பு நீலா இருந்தாள். இந்த இரவில் நிலா அவன் ஜன்னலால் அவனை எட்டிப்பார்க்கிறது. அவன்

நிலையைப்பார்த்து முழுப்பல்லையும் காட்டி அது சிரிக்கிறது. உண்மையில் அதற்கு கல்லு மனதுதான். நிலவுக்கு இரக்கமில்லை பெருங்கல்லுதான்.

இந்தக் கதையில் விபுலனை முண்டி அடித்துக்கொண்டு நிலவு ஒரு சம்பவத்தைச் சொல்ல விரும்புகிறது. பூமியின் துணைக்கோள் என்றதால் மனிதர்களைவிட பூமியின் வாழ்க்கைமீது அளவுகடந்த அக்கறை. மனிதர்கள் எக்கேடு கெட்டும் போகட்டும் என்றுகூட அது நினைக்க ஆரம்பித்துவிட்டது. நிலவின் மனநிலையில் இருந்து பார்த்தால் அது சரியென்றுதான் படுகிறது.

விபுலனின் இரு பெண்களும் பிறந்த சூழல் நிலவுக்குத் தெரியும். அது பூமியை நினைத்து அழுத நாட்கள் அவை. அவர்கள் பிறந்த கதையைச் சுருக்கமாகச் சொல்லுமாறு கேட்டுக்கொள்கிறோம். நமக்கு வேறு வேலை இருக்கிறது.

நிலா:-

"1986 இல் மத்திய ஆசியாவில் இருந்து அந்தப் புகைகள் முகில்களாக உருமாறிக் கொண்டிருந்தன. அப்போது வசந்தகாலம் ஐரோப்பாவை வரவேற்றுக்கொண்டிருந்தது. மெய்குறிப்பூக்கள் புல்வெளிகளில் நட்சத்திரங்கள்போல பூத்துக்கொண்டிருந்தன. பின்பு அந்த முகில்கள் பூமியை வலம்வர புறப்பட்டன. 1986ஆம் ஆண்டு மே மாதம் இரண்டாம் திகதி பிரான்சில் உள்ள ஆல்ப்ஸ் மலைகளில் அம்முகில்கள் முகாமிட்டன.

விடுமுறை காலத்தை அழகிய மலைச் சாரலில் அனுபவித்துக் கொண்டிருந்த இளம் பிரஞ்சு தம்பதி புல்வெளியில் நடந்து கொண்டிருந்தனர். டாவிட் நிறைமாதக் கர்ப்பிணியான தன் மனைவி மரியாவின் பின்புறமாக இடதுகையால் அணைத்துக்கொண்டிருந்தார். அவருக்கு முத்தம் பற்றிய நினைவு வந்தபோது, மனைவியை அணைத்தார். இருவரும் முத்தங்களைப் பெய்தனர்.

வந்து நின்ற முகில்கள் கூச்சமின்றி அங்கு அவற்றைப் பார்த்தன. அவை வெட்கத்தில் கறுத்து திடீரென மழையாகக் கொட்டியது. அந்த இளம் ஜோடி மழையில் நனைந்து மழையையும்

அனுபவித்தனர். அடுத்த நாள் மரியாவுக்கு வயிற்றுவலி ஏற்பட்டது. வலியை ஆற்றுவதற்கு வீறிட்டு கத்திக்கொண்டு பெண் குழந்தை பிறந்தது. அந்தக் குழந்தைக்கு அவர்கள் சார்லொத் என்று பெயரிட்டனர்.

மழையைக் கொட்டிவிட்டு நகர்ந்தன முகில்கள். மே மாதம் ஐந்தாம் திகதி *(1986)* காற்றுப்படகில் பிய்ந்தும், சேர்ந்தும் யாழ்ப்பாணத்தை அடைந்தன. யாழ்ப்பாணத்தில் உள்ள மட்டுவில் என்ற கிராமத்தில் பிறக்கப்போகும் குழந்தைக்காக பன்றித்தலைச்சி அம்மன் கோயிலில் அர்ச்சனை செய்துவிட்டு கிருபாகரனும் - நந்தினியும் வந்துகொண்டிருந்தார்கள். குளத்தின் மதகை திறந்துவிட்டது போல, திடீரென மழை கொட்டியது.

அவர்கள் நனைந்து மழையைக் கொண்டாடி வீடடைந்தனர். அடுத்த நாள் நந்தினிக்கு பெருங்குத்தெடுத்தது. வலியை முற்றுப்புள்ளியால் நிறுத்தும்படி பூ ஒன்று பிறந்தது. அந்தக் குழந்தைக்கு கிருபாகரன் வைத்த பெயர் நீலா.

அந்த முகில்கள் மழையை வைத்துக்கொண்டு பத்து நாட்களுக்குள் உலகைச் சுற்றி முடித்தன. பலர் நனைந்தனர். பின்னொரு காலம் நீலாவும், சார்லொத்தும் விபுலனை சந்திப்பார்கள் என்று முகில்களுக்குத் தெரியாது.”

விபுலன் ஜன்னலைத் திறந்து விட்டு வெளியே பார்த்தான். உலகம் இருட்டில் வைக்கப்பட்டிருந்தது. நிலவு மட்டும் தொங்கிக்கொண்டிருந்தது. அதனோடு பேசவேண்டும்போல் இருந்தது. அவன் தன் கதையைச் சொல்ல ஆரம்பித்தான்.

விபுலன் :-

“சார்லொத் செத்துவிட்டாள் என்பதை என் அறை ஒருபோதும் ஏற்றுக்கொள்ளாது. அவளின் ஆலிங்கனம் இல்லாத பொருள் அறையில் எதுவும் இல்லை. அவள் குரல் பதிவை அவளே என் கணினியில் ஏற்றிவிட்டு தான் இறந்த பின்னர் அதை திறக்குமாறு கட்டளையிட்டிருந்தாள். இப்போது அவள் ஒலி எம்மோடு வாழ்கிறது. அதை நீலாவும் விரும்புகிறாள்.

சார்லொத்தை "வழியனுப்பும் வைத்தியசாலைக்கு அனுப்புகிறோம்" என்று பாரிசில் உள்ள பிரபல்யமான கேன்சர் வைத்தியசாலையில் வைத்தியப் பேராசிரியர் சொன்னபோது எனக்கு ஒன்றும் பிடிபடவில்லை. ஒரு சிறப்பு வாய்ந்த வைத்தியசாலைக்கு அனுப்புவதாக நினைத்திருந்தேன். பிறகு வைத்திய அறையில் படுத்திருந்த சார்லொத்திடமே அதைச் சொன்னேன். என்னையே பார்த்துக்கொண்டிருந்தாள். பின்பு எழுந்து என் கன்னங்களில் தன் கைகளை மூடினாள். பின் உதடுகளால் உதடுகளை மூடினாள். அலமந்தமான அவள் கண்களால் என்னையே பார்த்துக்கொண்டிருந்தாள். பிறகு,

"விபுலன், மருத்துவமனை என்னை சாவிடம் செல்லத் தயாராகச் சொல்லிவிட்டது" என்றாள்.

அவளை இறுகக் கட்டிக்கொண்டேன். என் காதோரம் கண்ணீர் பிசுபிசுத்தது. "விபுலன் நான் கொஞ்சம் வாழணும்" என்றாள். இன்னும் அவளை அணைத்தேன். இருவரும் வாழ்க்கையைக் கேட்டு அழுதோம். அவள் "மெர்சி விபுலன்" என்றாள்.

"இன்னொரு முறை அதைச் சொல்லாதே" என்றேன்.

அவள் எப்போதும் அழுததில்லை. எப்போதும் சிரிப்புதான். அப்படிப்பட்டவளுக்குத்தான் ஜசீர் அரபாத்துக்கு வைத்தியம் பார்த்த வைத்தியசாலை 'இன்னும் முப்பது நாட்கள்தான் வாழமுடியும்' என்று சாவிற்கு நாள் குறித்து வழியனுப்பும் வைத்தியசாலைக்கு அனுப்பி இருந்தது.

அந்தக் கடைசி 30 நாட்களும் ஒவ்வொரு நிமிடமும் அவளோடுதான் இருந்தேன். அவளது பெற்றோர்கள் அடிக்கடி வருவார்கள். அவள் தந்தை உடைந்து உருமாறிப் போய்விட்டார். தாயின் கன்ன எலும்புகள் தெரிய ஆரம்பித்தன. தமது ஒரே ஒரு மகள் அதிலும் இளம் வயதில் இறக்கும் தேதியைத் தெரிந்து கொண்டு வாழும் கொடுமையை எந்தப் பெற்றோரால் எதிர்த்து நிற்கமுடியும்? என் வேலையை நான் துறந்துவிட்டேன். அவளை விட அது ஒன்றும் முக்கியமானதொன்றல்ல. அவளோடு ஒவ்வொரு நிமிடத்தையும் வாழ்ந்தது அவளுக்கு ஆறுதலாக இருந்தது. எனக்கும்தான்.

அவளது பெற்றோர்கள் ஒவ்வொரு தடவையும் அவளைப் பார்த்துவிட்டு வீடு செல்லும்போது என்னை அணைத்து காதுக்குள் 'நன்றி' சொல்வதுதான் எனக்குக் கொடுமையாக இருக்கும்.

சார்லொத்துக்கு இரண்டு வருடத்துக்கு முதல் தலைவலி ஆரம்பித்தது. அது அவள் கடல் ஆராய்ச்சிப் பணியில் இருப்பதால் வேலைப் பளு அதிகம் என்று நினைத்திருந்தோம். அப்போது நாம் இருவரும் பாரிசில் ஒரு அறை எடுத்து அங்கு ஒன்றாக இருந்தோம். மேற்கல்விக் காலத்தில் பிரிந்து இருந்தாலும் இருவருக்கும் புரிந்துணர்வு உள்ளது போல் ஒரு நண்பர்கள் பிடிபடவில்லை.

அன்று றெனியோன் தீவுக்குச் செல்வதற்குத் தயாராகிக் கொண்டிருந்தாள். மறுநாள் அதிகாலை விமான நிலையம் செல்வதற்கு அவளால் எழுந்திருக்க முடியவில்லை. வலியால் துடித்தாள். பின்பு மயக்கமடைந்துவிட்டாள். உடனே அவசர ஊர்தியில் அழைத்துச் சென்றேன். அன்று மாலை அவசரமாக வேறு வைத்தியசாலைக்கு மாற்றினார்கள்.

அடுத்த நாள் எனக்கு வைத்தியசாலையில் இருந்து அவசர அழைப்பு வந்தது. உடனே அங்கு சென்றேன். எந்த விதத்திலும் தன் புற அழகில் ஆர்வம் காட்டாத ஒருவர் என்னை அழைத்தார். "நீங்கள் விபுலனா? சார்லொத் உங்கள் விபரத்தைத் தந்தார். நான் அவரின் வைத்தியர். நாங்கள் வெளியில் சென்று பேசுவோம்" என்றார்.

அங்கு இருந்த மெசினில் இரண்டு கஃபே எடுத்துக்கொண்டு பூங்காவை நோக்கி நடந்தார். என்னை கதிரையில் இருத்தி விட்டு சார்லொத்திற்கு ஏற்பட்டிருக்கும் நிலையை விவரித்தார்.

"சார்லொத்துக்கு மூளையில் நரம்புகள் ஆரம்பிக்கும் பகுதியில் புற்றுக்கட்டி வளர்ந்து இருக்கிறது. அது ஆபத்தான நிலையை அடைந்துவிட்டது. அவசரமாக சத்திரசிகிச்சை செய்ய வேண்டும். ஆனால் உயிருக்கு உத்தரவாதம் இல்லை. சத்திர சிகிச்சை செய்யாவிட்டால் முப்பது நாட்களுக்கு மேல் அவளால்

வாழ முடியாது. சத்திரசிகிச்சை வெற்றி அடைந்தால் சில காலம் வாழ வாய்ப்பு உண்டு."

எனக்கு பூமியே பிளந்து எங்கோ பிரபஞ்சத்திற்குள் சிதறுவது போல் இருந்தது. இந்த செய்தியை நோர்மண்டியில் தம் ஓய்வுகாலத்தைக் கழிக்கும் அவள் பெற்றோருக்கு என்னால் எப்படி தொலைபேசியில் சொல்ல முடியும்? அந்த வைத்திய பேராசிரியர் அந்தப் பொறுப்பை எடுத்துக் கொண்டார். பின்பு அந்த மரணத்திற்கும் வாழ்க்கைக்குமான சத்திர சிகிச்சை நடந்தது. சார்லொத் சில வேளை பேசும் வாய்ப்பை இழந்துவிடுவாள் என்றார்கள். பரவாயில்லை அவள் பேசாமல் எம்மோடு வாழட்டும் என்றிருந்தோம். அந்தச் சத்திர சிகிச்சை முடிந்து மூன்று மாதத்தில் எங்கள் சார்லொத் பேச ஆரம்பித்தாள். அந்த வைத்திய பேராசிரியர் அடைந்த மகிழ்ச்சிக்கு அளவே இல்லை.

அதன் பின்புதான் சார்லொத்துடன் வாழ்வதை உடலுடன் கூடிய வாழ்வாகவும் மாற்ற என் விருப்பத்தைக் கூறினேன். அவள் மறுத்துவிட்டாள். அப்போதுதான் "உன்னில் நீலாவுக்கு விருப்பம் இருக்கு" என்றாள்.

நீலா சார்லொத்தின் பல்கலைக்கழக நண்பி. நான் கணக்கியல் பிரிவில் பல்கலைக்கழகம் சென்றேன். அவர்கள் இருவரும் உயிரியல் துறையில் கற்று ஆராட்சியாளர்களானார்கள். சார்லொத் நீலாவை எனக்கு அறிமுகப்படுத்தினாள். நாம் மூவரும் பல தடவைகள் சந்தித்திருக்கிறோம்.

பின்பு நீலாவின் உதவியால் சார்லொத் என்னோடு வாழ சம்மதித்தாள். அவள் இந்தப் பூமியில் சில ஆண்டுகள் மட்டுமே வாழ முடியும் என்பது வைத்தியருக்கும் எனக்கும் நீலாவுக்கும் மட்டுமே தெரியும்.

அதன்பின் ஐரோப்பா எங்கும் நாமிருவரும் பயணம் போனோம். அவள் விரும்பிய இடங்களில் எல்லாம் எங்கள் கால்கள் இருந்தன. அல்ப்ஸ் மலை முகட்டில் சிறு வீடு எடுத்துத் தங்கினோம். விண்வெளியிலிருந்து பூமியைப் பார்ப்பதுபோல

அது இருந்தது. அன்றுதான் அவளது 24வது பிறந்த நாள். உனது பெயருக்கு என்ன அர்த்தம்? என்று அவளிடம் கேட்டேன். அர்த்தம் தெரியாது ஆனால் சார்லொத் கோரடே என்ற பெயருடைய பெண் பிரான்சில் முக்கியமானவர் என்றாள். என் மடியில் அமர்ந்துகொண்டு அந்தக் கதையைச் சொன்னாள்.

1793ஆம் ஆண்டு பிரெஞ்சுப் புரட்சியில் மன்னர் தலையை வெட்டிய பின்பும் உயிர்கள் பலியாகிக்கொண்டே இருந்தன. அப்போது கழுத்தை வெட்டுவது பாரிஸ்வாசிகளின் கலாச்சாரமாக மாறிவிட்டிருந்தது.

முடியை விழுத்திய குடியானவர்களின் சர்வாதிகாரத்தில் மோசமாக குழந்தைகள், பெண்கள் கொல்லப்பட்டார்கள். இதை அவதானித்து மனம் பதறிப்போனாள் நோமண்டியைச் சேர்ந்த 'சார்லொத்' என்ற இளம்பெண். அவள் அறிவொளிக் கால அறிஞர்களின் கருத்துகளால் கவரப்பட்ட ஒரு பெண். இந்தக் கொலைகளுக்கு யார் காரணம்? என்பதை அவள் தேடிய போது அன்றைய புரட்சியின் முன்னோடிகளில் ஒருவராக இருந்த பத்திரிகை ஆசிரியர் 'மாறா' என்பவரின் வன்முறை எழுத்துக்களே காரணம் என்று முடிவு செய்கிறாள்.

வீட்டிலிருந்து சிறிய மரக்கறி வெட்டும் கத்தியை ஆடைக்குள் மறைத்துக்கொண்டு பாரிஸ் சென்று மாறாவை அவர் இதயத்தில் கத்தியால் குத்திக் கொல்கிறாள். அதன் பின் இரு நாட்களில் அவள் தலை வெட்டப்பட்டது. அப்போது அந்தப் பெண்ணுக்கு வயது இருபத்தி நான்கு. புரட்சி நீதிமன்றம் 'துரோகி' என்ற பட்டத்தைக் கொடுத்தது. இன்று அவள் தியாகிகளில் ஒருத்தியாக பார்க்கப்படுகிறாள். அந்த சார்லொத் போல இந்த சார்லொத்தும் உன் இதயத்தில் குத்தப்போகிறேன்" என்று நடித்தாள்.

மறுநாள் அங்கிருந்து நாங்கள் நீஸ் நகரம் நோக்கிச் சென்று கொண்டிருந்த போது மீண்டும் அவளுக்குத் தலை வலி ஏற்பட்டது. வானூர்தியில் பாரிசுக்கு அழைத்துவந்தேன். அப்போதுதான் வைத்தியர் இன்னும் முப்பது நாட்கள்தான் அவளால் வாழ முடியும் என்றார்.

வைத்திய எல்லைகள் தாண்டிய நோயாளிகளை மகிழ்ச்சியாக வைத்திருந்து, அவர்கள் இறப்பை பூரணப்படுத்த பாரிசில் வழியனுப்பும் வைத்தியசாலைகள் உண்டு. அங்கேயும் தாதிகள் இருப்பார்கள். கடும் வலியை குறைக்க மருந்து கொடுப்பார்கள். நோயாளிகளை தேவதைகள்போல் பார்த்துக்கொள்வார்கள்.

அவர்கள் வார்த்தைகளில் அன்பு வாசம் வீசிக்கொண்டிருக்கும். அங்குள்ள நோயாளிகளுக்கு தேதிகள் குறிக்கப்பட்டிருக்கும். நோயாளிகள் தமக்குப் பிடித்த வாழ்வை வாழ ஏற்ற சூழலை அந்த வைத்தியசாலை கொடுக்கும். அங்கு சென்று காதல்கொண்டு இறந்துபோனவர்களும் இருந்தார்கள். நோயாளிகள்கூட மற்ற நோயாளிகளில் அன்போடு இருந்தனர். வாழும் நாள் தெரிந்தவர்களிடம் அன்புதான் மீதி என்பது தெரிந்திருந்தது. அவர்கள் ஒவ்வொருவரிடமும் ஒவ்வொரு நாளையும் வாழ்ந்துவிடும் அவசரம் இருந்தது. சிலர் தூங்காமல் ஆகாயத்தையும், நிலத்தையும் பார்த்துக்கொண்டிருந்தனர்.

வழியனுப்பும் வைத்தியசாலையில் சார்லொத்துடன் நான் தங்குவதற்கான அழகிய அறை இருந்தது. தன் சிறு வயது ஆசைகளையும், எதிர்காலத்தில் தான் வழ இருந்த வாழ்க்கையையும் அவள் என்னோடு பகிர்ந்துகொண்டாள். தான் பார்க்க விரும்பிய நண்பர்களைக் கூறினாள். அவர்களை நான் அழைத்து அவளுடன் பேசவைத்தேன்.

சில இரவுகளில் நட்சத்திரங்களைப் பார்த்தவாறு சார்லொத்-

“விபுலன், இந்த நட்சத்திரங்கள் சூரியனை விட பெரிதெனில் அங்கு எங்கேனும் உயிர்கள் இருந்தால் நான் அங்கு ஓர் உயிரானால் எப்படி இருக்கும்? அந்த பிரபஞ்ச உயிர்கள் மனிதனை விட வளர்ச்சி கொண்டவர்களானால் அவர்கள் பூமியை ஒருநாள் வந்தடைவார்கள்.

அப்படி வந்தடையும்போது நானும் அந்த பிரபஞ்ச மனுசியாக ஒருநாள் பூமியைப் பார்க்க வருவேன். அப்போது உன்னைக் கண்டுபிடிப்பேன். நீ வயதானவனாக இருப்பாய். நான் இளம் வேற்றுக்கிரகப் பெண்ணாக உன்னை முத்தமிடுவேன் அப்போது

நீ என்னைப் பார்த்து பயம்கொள்வாய். நான் உனக்கு என்னைப் பற்றிச் சொல்வேன். அப்போது நீ என்ன செய்வாய்?"

நான் கூறினேன் "உன்னை ஆரத்தழுவி முத்தமிடுவேன். மனிதப் பெண்ணைவிட வேற்றுக்கிரகப் பெண் பேரழகு என்பேன். நான் உன்னைக் காதலிப்பேன். உன்னை மீண்டும் திரும்ப சென்றுவிடாமல் என்னோடு இருந்துவிடச்சொல்வேன். அல்லது என்னையும் உன் கிரகத்துக்கு அழைத்துச்செல்லச்சொல்வேன். பூமியின் செய்திகளில் 'வேற்றுக்கிரகப் பெண்ணைக் காதலிக்கும் விபுலன் என்ற பூமி மனிதன்' என்ற செய்தி எல்லா இடங்களிலும் ஒலிபரப்பாகும். நீ அப்போது என்னை உன் கிரகத்துக்கு அழைத்துச் செல்வாயா?" என்றேன்.

அவள் வெடித்துச் சிரித்துக்கொண்டே இருந்தாள். "ஏன் அப்படி நடக்கக்கூடாது?" என்று நட்சத்திரங்களைப் பார்த்தவாறே கேட்டாள். முகமெங்கும் அவளுக்கு இன்னொரு வாழ்க்கை தெரிந்தது.

உன் கிரகத்திற்கு என்னை நீ அழைத்துச்சென்றால் "பூமி என்ற சிறிய கோளில் இருந்து வந்திருக்கும் மனிதன்" என்று உன் கிரக வாசிகள் மத்தியில் நான் பிரபல்யமாவேன். நம் இருவருக்கும் குழந்தை பிறந்தால் அது இரு கோள்களின் குழந்தையாக இருக்கும். உன் கோளைச் சேர்ந்தவர்கள் மனிதர்களைவிட அறிவு, ஆற்றல் உள்ளவர்களாக இருப்பர். அவர்கள் யுத்தம் என்றால் என்னவென்று அறியாதவர்களாக இருக்கவேண்டும் என்றுதான் நினைக்கிறேன்.

பேரறிவுகொண்ட சமூகத்தில் யுத்தம் இருக்க வாய்ப்பில்லை. உன் கிரகவாசிகளுக்கு பூமிவாசிகள் பூமியை அழிக்கும் அறிவுகெட்டவர்கள் என்பதைச் சொல்வேன். அவர்களை அவர்கள் அழிப்பதை அறிவு என்று நினைக்கிறார்கள் என்பேன் ஒருநாள் இந்த மனிதர்களிடம் இருந்து இப்பூமியை உன் கிரகவாசிகள் காக்கக்கூடும்' என்றேன். நாங்கள் கற்பனைகளில் வாழ்ந்துகொண்டிருந்தோம். அப்படி வாழ்ந்தால்தான் எம்மால் இந்த முப்பது நாட்களை முப்பது ஆண்டுகளில்

வாழ்வதுபோல் வாழ முடியும். இப்படிச் பேசிக்கொண்டே நாம் பல நூற்றாண்டுகளை வாழ்ந்தோம்.

ஒவ்வொரு நாளும் அவள் தோற்றம் மாறிக்கொண்டு வந்தது. என் சார்லொத் வேறொரு உருவத்தில் இருந்தாள். இருபதாவது நாள் அவளால் பேச முடியவில்லை. பின்பு கண்கள் கூட சில மணி நேரமே திறந்திருப்பாள். எப்போதும் அவள் கண்களுக்கு அருகில் நான் இருப்பேன்.

அந்த இறுதி நாள்; அவள் பெற்றோர், உறவினர்கள், நீலா மற்றும் நான் அவளைச் சுற்றி நின்றோம், என்னை நோக்கிக் கையசைத்து தன் கட்டிலை உயர்த்திவிடுமாறு கூறினாள். அந்த அறை அம்மணமாய் இருந்தது. ஒவ்வொருவர் முகத்தையும் தன் கண்களை விரித்துப் பார்த்துக்கொண்டு வந்தாள். சார்லொத் யாரென்றே தெரியாத தோற்றத்தில் இருந்தாள். அவள் நண்பிகள், உறவினர், அவள் வளர்த்த செல்லப்பூனை என எல்லோரும் அவளைச்சூழ நின்றோம். என்னருகில் அவள் தாயார் நின்றார். அவர் தோள்களைப் பிடித்துக் கொண்டு நின்றேன்.

ஒவ்வொருவரையும் பார்வைகளால் விடைபெற்றுக் கொண்டுடிருந்தாள். எந்த அசைவும் உடலில் இல்லை. அவள் தாய்-தந்தையைப் பார்த்து கண்களை மூடித்திறந்தாள். பின்பு என்னை நோக்கி அவள் பார்வை வந்தது. என் தாடியை வழிக்குமாறு சைகை செய்தாள். கண்கள் என்னை உற்றுப் பார்த்துக் கொண்டிருந்தது. கண்களின் கரைகளில் ஈரம் வந்தது. அருகே சென்று அவள் கரத்தைப் பற்றினேன். கண்களால் எதிரே இருந்த சுவரைக் காட்டினாள். அதில் தன் கையால் வரைந்த நட்சத்திரம் ஒன்று ஒட்டப்பட்டிருந்தது. எனக்குப் புரிந்துவிட்டது. அவள் நெற்றியில் அழுத்தி முத்தமிட்டேன். என்னைப் பார்த்தவாறே கண்களால் பேசினாள். அவள் பேசுவது பார்வையாலேயே எனக்குக் கேட்டது. அந்த உயிர் என்னைப் பார்த்தவாறே பிரிந்தது. சார்லொத் பூமியை விட்டு நட்சத்திரத்தில் பிறக்கப் போய்விட்டாள். தாயின் வெடித்த அழுகை என் காதை அடைந்தபோது அவள் அங்கே இல்லை.

சார்லொத் இறந்தபின் அவள் பெற்றோர் தம்மோடு வந்துவிடுமாறு கூறினர். நானும் அவளும் வாழ்ந்த அறையைவிட்டு என்னால் செல்ல முடியவில்லை. எனக்கு மீண்டும் பெற்றோர் கிடைத்ததுபோல் இருந்தது. காலையும் மாலையும் என்னுடன் பேசிக்கொள்வார்கள். சிறிது காலம் கழிந்ததும் அவர்களோடு சென்று வாழ்ந்துவிடுவோம் என்று நினைத்திருந்தேன்.

அப்போதுதான் நீலா எந்த அறிவிப்பும் இன்றி லியோனில் இருந்து பாரிசுக்கு வந்து என் கதவைத் தட்டினாள். நீலாவின் தாயார் சில ஆண்டுகளின் முன் இறந்துவிட்டார்.

“என்ன நீலா திடீரென்று?” என்றேன். “இனி உன்னோடுதான் இருக்கப்போகிறேன்” என்றாள்.

சில மாதங்கள் ஓடின. சார்லொத்தின் இடத்தில் நீலா இருந்தாள். காலையில் இருந்து மாலை வரை சார்லொத் பதிந்து வைத்த குரலைப் பாடல் போல கேட்டுக்கொண்டே நாட்கள் நகர்ந்தன.

நீலா மாமை நிறம். அவள் அசையாமல் எங்கும் நின்றால் சிலை என்று யாரும் புகைப்படம் எடுப்பார்கள். சிரித்துக்கொண்டே பேசுவாள். அப்போது உதடுகள் முடியும் இடத்தில் ஒரு சிறு குழி வந்துபோகும். எந்த முனிவனும் ஆச்சரியங்கொள்ளும் குழிகள் அவை.

நாம் சேர்ந்து வாழ்ந்து ஓராண்டு கடந்ததும், இருவரும் வாழ்நாள் பயணிகள் ஆகலாம் என்று முடிவெடுத்தோம். “அதற்கு நமக்கு ஒரு குழந்தை வேண்டும்” என்றாள் நீலா. திருமணம் வெறும் சடங்கு. நாம் வாழ்வோம். நாமே நமக்கு திருமணம் செய்துவிட முடியாது. அதற்கு உறவுகள் தேவை. நாம் கணவன் மனைவியாக வாழ ஆரம்பித்தோம்.

ஒருநாள் நீலாவின் நெற்றியில் தமிழர்கள் வைக்கும் குங்குமப் பொட்டை வைத்துப் பார்த்தேன் அழகாக இருந்தாள். இப்படித்தான் என்னைப் பெற்ற அம்மா இருந்திருப்பார் என்று நினைத்துக்கொண்டேன். எமக்கு குழந்தை பிறந்து அது வளரும்போதுதான் என் அம்மா என்னை சிறுவயதில்

எப்படிப் பார்த்திருப்பார் என்று நான் பார்க்கமுடியும். நீலா அன்பைப் பேசாமல் செயலில் பேரன்பைத் தருபவளாக இருந்தாள். தாயுடன் வளர்ந்ததால் ஏற்கனவே அம்மாவுக்கான அன்பு அவளிடம் நிறைந்திருந்தது. அவளது அப்பாவுக்கு என்ன நடந்தது என்று அவளுக்குத் தெரியாது. அதுபற்றி அவள் அம்மா அவளிடம் பேசவில்லை.

இலங்கையில் தந்தைகளுக்கும், தமயன்களுக்கும், தாத்தாக்களுக்கும் என்ன நடந்தது என்று தாய்கள் சொல்வதில்லை. அவை குழந்தைகளுக்குச் சொல்லமுடியாத சம்பவங்களாக இருக்கலாம் என்று நினைத்துக்கொண்டேன்.

நீலா அவள் தாயாரால் எந்த நிலைகளையும் எதிர்த்து நிற்கக்கூடியவளாக வளர்க்கப்பட்டுள்ளாள். சிறுவயதிலிருந்தே கராத்தே, ரெனிஸ், வயலின் என்று பல கலைகளும் கற்றறிந்தவளாக இருந்தாள். தன் உடலை உறுதியோடு பராமரிப்பதில் எப்போதும் பின் நிற்பதில்லை. அதுபற்றிக் கேட்டால் “அம்மா அடிக்கடி சொல்வார் சுவர் இருந்தால்தான் சித்திரம் வரையலாம். சிறு வயதில் இருந்து என்னை அவர் மன, உடல் பலத்தோடு வளர்த்தார்” என்பாள். என் அம்மா பற்றிய கதைகள் என்னிடம் இல்லை. அதை நீலாவின் கதைகளில் இருந்து நிரப்பிக்கொண்டேன்.

இன்று காலை நீலா எழுந்து குளித்துவிட்டு வந்தாள். நான் படுக்கையில் ஒரு புத்தகத்தைப் படித்துக்கொண்டிருந்தேன். இரவு பூராவும் நீலா அனுங்கியவாறே இருந்தாள். நான் தேனீர் ஆக்கிக்கொடுத்தேன். அவள் வயிறு வலிக்கிறது என்றிருந்தேன்.

ஈரமான அளகத்தைத் துவட்டியவாறே... “விபுலன் ஒருக்கா வைத்தியசாலை செல்வோம் வருகிறாயா?” என்றாள். ஏன்? என்ன? என்றேன்.

“தலை வெடித்துவிடும்போல் வலிக்கிறது” என்றாள்.

நான் அவசரமாக அவளை அருகே இருந்த வைத்தியசாலைக்கு அழைத்துச்சென்றேன். அங்கிருந்து சார்லத்திற்கு சிகிச்சை செய்த வைத்தியசாலைக்கு நீலா அவசரமாக அனுப்பப்பட்டாள்.

ஒரு இருட்டு முகில் நிலவை மறைத்தது. நிலா அழும் சத்தம் பிரபஞ்சமெங்கும் பரவியது. பேரிடிக்குப் பிறகு பசிகொண்ட குழந்தைகளின் கண்ணீர்போல மழைபெய்தது. அது நிலவின் கண்ணீர்.

★★★

அகரன்

ஈழத்தில் பிறந்தவர். பிரான்சில் வாழ்கிறார். இலக்கியம் எல்லா வலிகளையும் கழுவி, வாழ்வை உயிர்ப்பிக்கும் என்ற கருத்தாக்கத்தில் தொடர்ந்து எழுதுகிறார். முதல் எழுத்து ஸீரோ டிகிரி அச்சேறுகிறது. akaran27iyal@gmail.com

தெண்டன

பவித்ரா பாண்டியராஜூ

"சித்தப்பா... இல்லியா சின்னம்மா..."

குந்தாணி சலசலங்க எள்ள, குழியுள்ற கொட்டி ஒலக்கைய ஓங்காம பதனமா குத்திட்டிருந்த சின்னம்மாட்ட கேட்டா பவுனு.

"ஏன் எங்கள்ட்டலாம் சொல்லக்கூடாத ரவசியத்த ஒன் சித்தப்பன்ட்டதான் சொல்லுவியோ. காரியொம் ஆவணும்னா மட்டும் சித்தப்பானு வந்து நில்லு."

ஒரல்ல இடிச்ச எள்ளு குந்தாணியில சரியுறத பாத்து ஒதுக்க குனிஞ்சா பவுனு.

"ஏ. இந்தா நகரு.. இடிக்கிறவளுக்கு ஒதுக்கத் தெரியாதா இல்ல அதுக்குக்கூட துப்பெத்தவனு நெனைச்சியா."

பெரியசாமி, பொஞ்சாதி சத்தத்தைக் கேட்டு பொரவால வாய் கொப்புளிச்ச தண்ணிய இலவுட்டு கெடந்த வாழக்கன்னுல புளிச்சினு ஒரே துப்பா துப்பிட்டு வெரசா நடைய போட்டு முன் வாசலுக்கு வந்தான்.

"ஏன்டி ஊடு தேடி வந்த புள்ளைய ஒக்காரு சொல்லாத, அதாண்ட ரவுசு கட்டுற. ஏங் கண்ணு இங்க வா. என்னா விசியம்."

"கேணி வேலக்கி நானும் வரன் சித்தப்பா."

"அந்த வேல எல்லாம் பொட்ட புள்ளைங்களுக்கு சரிவராது கண்ணு. நீ காட்டு வேலக்கி போ."

"காட்டு வேலயில கூலி கட்டிவரல சித்தப்பா. கேணி னா கூலி சேத்து வரும் அதான் கேக்குறன். மாட்டன்னு சொல்லாதிங்க சித்தப்பா. எனக்கு வேற ஆருருக்கா."

ஒரல்ல இடிச்ச எள்ள மொறத்துல வாரி எடுத்து சலிக்க ஒக்காந்த பூவா. ஓப்புடியா மவளுக்கு சாதகமா பேச ஆரமிச்சா.

"அந்தப் புள்ள தான் நெதம் நடயா நடந்து அம்புட்டு தொலவு கேக்குதுல்ல ஏன் மாட்டேங்கற. அதென்ன ஒன்கிட்ட சொத்து பத்து கேட்டுச்சா கஸ்டமா இருக்குனு காசு பணம் கேட்டுச்சா. இல்ல ஒரு வா சோத்துக்கு வந்து ஒன் வாசல்ல நின்னுச்சா. ஒழைக்க தான கேக்குது. அது வேல செஞ்சா காட்டுக்காரன் கூலி குடுக்கப் போறான். நீ என்னமோ உன் ஜேப்புலருந்து தரா மாரி சிலுத்துக்குறியே.'

"அடிக்கலுத முண்ட ஒனக்கென்னடி தெரியும். வாய மூட்றி."

ஊர் வாய மூடலாம் ஒல வாய மூடலாம் ஊட்டு பொம்பள வாய மூட ஒலமூடி ஏது? புருசன்காரன் பேச்ச இடிச்ச எள்ளுத்தொலியோட சேத்து உப்புனு ஊதி உட்டுட்டு பேச ஆரமிச்சா பூவாத்தா.

"ஒரு வாரம் பாரு. அதால செய்ய முடிலனா மறுக்கா காட்டு வேலக்கிப் போவட்டும். அதுக்கென்ன ஒல மயிரு இருக்கு."

பொட்டுல அடிச்சாப்ல வாத்தய சொல்லிப்புட்டு எள்ளுருண்ட புடிக்க வெல்லத்த சேத்துப் பெசைய ஒக்காந்தா.

“இங்காரு கண்ணு நீ எதும் கோச்சுக்காத கேணி செட்டு ஆளுங்களாண்ட ஓசன கேக்காம நானா எந்த முடிவும் பண்ண முடியாது. நீ ஊட்டுக்குப் போ. பலய சோத்து நேரத்துல அவனுங்களாண்ட கேட்டுட்டு ஒனக்கு அந்தில நெலவரம் என்னான்னு சொல்றேன்.” ஏலுமலையான் கோயிலுல செரைக்கிரவனாட்டம் திப்ப திப்பய்யா ஒரு பதிலச் சொல்லிப்புட்டு கேணிக்குக் கெளம்புனாரு சித்தப்பாரு.

சின்னம்மாளாண்ட சொல்லிக்கிட்டு கிளம்பப் போன பவுனு கிட்ட புடிச்சு வெச்ச எள்ளுருண்டையில பத்து எண்ணி கவுர்பேப்பர்ல முடிஞ்சு வேணாங்க வேணாங்க கேக்காத கையில திணிச்சு அனுச்சு வெச்சா. ஓப்புடியா மவள போவ உட்டு நெஞ்சு பாரம் தாங்காத அனத்தத் தொடங்கினா பூவாயி “அந்த ஈனசாதி பயல கெட்டிக்கிட்டு எங்கயாது கண்காணாம போயிக் கெடந்துருந்தா கூட இந்நேரம் நிம்மெதியா கெடந்துருக்கும்” சின்னாயாளோட பொலம்பலு பவுனாம்பாள தொரத்திக்கிட்டு வந்து அவ போட்ருந்த சின்னூண்டு கம்மலுக்கு உள்ளார ஏறுச்சு. பெசாசு வெரட்டிவாராப்ல வேக்கு வேக்குனு நடக்க ஆரமிச்சு எளவூட்டுக்குப் போயி மேலுக்கு அள்ளி அவசரமா ஊத்திக்கிட்டவளாட்டம் வேர்வ தண்ணில நஞ்சு கெடந்த சீலையோட ஊட்டு வாசல்ல வந்து சேந்தா பவுனு. அவளோட அஞ்சு மாச மவன கோரப்பாயில படுக்கப் போட்டு மட்ட விசிறில வீசிக்கிட்டு இருந்தா பவுனு ஆத்தா செங்கமலம்.

செங்கமலங்கற பேரு சொசேட்டி அட்டையில இருக்கறதோட சரி. பயினாலு வயிசுல தாய்மாமன கண்ணாலம் கட்டிக்கிட்டா இருவது வருசத்துல பதினாலு புள்ளைங்க பொறக்குறதும் மண்ணுல போட்டுப் பொதைக்கிறதுமா இருந்துச்சு. ஏன் சாவுது எதுக்கு சாவுதுனு டாக்டருங்களுக்கே வெளங்கல. கடேசியா பொறந்த பொட்டபுள்ளதான் பவுனு. இதும் எப்ப சாவுமோனு பயத்தோடயேதான் அல்லாரும் கெடந்தாங்க. பொழைச்சா பெத்தவளுக்கு. செத்தா அந்த ஈச்வரனுக்கு நாம செய்யறத

செய்வோம்னு உட்டுட்டாங்க. ரெண்டு வருசம் ஆச்சு. புள்ள மணிமணியா பேசுச்சு. தூக்காதவுங்க எல்லாம் தூக்குனாங்க. கொஞ்சாதவங்க கூட கொஞ்சிட்டு போனாங்க. வெங்கல பானையாட்டம் ஒரு நெறம். நொனா பழம் நெறத்துல தல மசுறு. சிரிக்கிற முழி. சாவப் போற புள்ளையினு பேரு கூட ஆரும் வெக்கல. வாய்க்கு வந்த பேர வெச்சு அல்லாரும் கூப்புட்டாங்க. கடேசியா அப்பன்காரன் வெச்சப்பேருதான் அவளுக்கு நெலச்சுச்சு. பவுனு நாலாங்கிளாஸ் படிக்கக்கொள்ள அவ அப்பாரு பொண்சடை கேணி வெட்டப் போன எடத்துலயே நெஞ்சபுடிச்சு கீல உளுந்து காலமாயிட்டாரு. பொறவென்ன பள்ளத்துல சரிஞ்ச ஆனையாட்டம் போக்கெடம் இல்லாம மலைச்சுப்போயி நின்னாங்க. ரெண்டு பேத்தையும் தூக்கி சொமக்க ஆளில்லாத அல்லாம் வெலகி நின்னாங்க. செங்கமலந்தான் கூலி வேலபாத்தா. ஏற்கெனவே பஞ்சையான ஒடம்புக்காரி. மேலும் எலும்பும் தோலுமா ஆனுச்சு. புள்ளய பஞ்சாயத்து இஸ்கூலுல படிக்க வெச்சா. ஐஸ்கூலுக்கு டவுனுக்குப் போச்சு புள்ள. அதுவர கொழந்தயா திரிஞ்சவ, இப்போ பாக்குற கண்ணுக்கெல்லாம் தன்ன கொமரியா காட்டிக்கிட்டா. தோலோட நெறத்த சோப்புப் போட்டு மெருகு கூட்டினா. தெத்துப்பல்லு தெரிய சிரிச்சு, தான் நிக்குற நெலத்த அல்லாத்துக்கும் காட்டிக்குடுத்தா. அந்த வெயிசுக்கு அதெல்லாம் தோணும் அல்லாத்துக்கும் அப்படித்தான் இருக்குமினு அவளாண்ட ஆரும் சொல்லல. வெடல பயலுவ நிக்கிற தாவு பக்கம் அவ நிக்கெல. ஆனா வெடல பயலுவ இவள பாத்தானுவ. அப்ப எல்லாம் லெச்சம் ரெக்க விரிச்சு பறந்தாப்ல அப்புடி பூரிச்சுப் போயிக்கெடந்தா பவுனு. அப்பதான் தொடங்குச்சு அந்த எளவயசு ஒலகம் அறியாத காதலு. அப்பலாம் அவ நடக்கல ஆகாசத்துல மெதந்தா. கையில இருந்த பூனமசுரெல்லாம் அவளுக்கு ரெக்கையா ஆனுச்சு. பவுனு பேருக்கேத்த நெறமும், ஆளும் ஒசரமும் அவள பாக்க பதினாறு கண்ணு வேணும். அல்லாமே அவுளுக்கு புதுசாருந்துச்சு. ஊட்டுக்குத் தெரியாத இந்தக் களவாணித்தனத்துக்கு தன்ன சாகசக்காரியாட்டம் நெனச்சிக்கிட்டா. பள்ளிக்கூடத்துல

நடக்குறது எதும் ஊட்டுக்கு வரல. மவள கெவுனிக்கவும் செங்கமலத்துக்கு நேரமில்ல. நேரமிருந்தாலும் இந்த வெடல வெயசு சூது செங்கமலம் அறிஞ்சதில்ல. அன்னாடம் ரெண்டு வவுத்துப் பாட்ட பாக்கவே அவளுக்குச் சரியா இருந்துச்சு.

ஏலு மணிக்கு மேல ஆத்துக்கு ஒதுங்கப் போறதா ஊட்ல சொல்லிப்புட்டு அதே நேரத்துக்கு அவன தெனமும் வரச்சொல்லி ரெண்டு பேரும் பாத்துக்கிட்டாங்க. பள்ளிக்கூடத்துல பேசுனது பத்தாதுனு இங்க வந்தும் பேசிக்கிட்டாங்க. தொட்டுக்கிட்டாங்க. ஆனா அந்தப் பிஞ்சு மனசு தட்டுக்கிட்டு போவல. அதுல கல்மிசமில்லாத பாசொம்தேன் நெறஞ்சு கெடந்துச்சு. தெனம் பவுன் சைக்கிளு கேரியர்ல ஏறி ஒக்காரச் சொல்லுவான் ராசன். கேரியல்ல அவ ஒக்காந்து பேச அந்த சைக்கிளும் தவம் கெடந்துச்சு. பொங்கலுக்கு முன்ன நாலு நாள் மண்ணடிக்க கூலிக்குப் போறன்னு இவளாண்ட சொல்லிப்புட்டு போனான் ராசமாணிக்கொம். அவன காணாத, தெனம் அவன் சைக்கிள் நிக்கிற தாவுல வந்து நின்னு அவன் சாஞ்சி நிக்கிற மரத்து காதுல அவன காணாத ஏக்கத்த ரவசியமா சொல்லிப்புட்டு போவா பவுனு. நாலு நாளுனு சொன்னவன் அஞ்சான் நேத்து மாரியாயி படையலுக்கு தான் வந்தான். ஊரே முட்டையும் பொட்டையும் அடிச்சு வவுறுமுட்ட தின்னு ஊடடஞ்சு கெடக்கு. இங்க இவளுக்கு நேரமாவ ஆவ இருப்புக் கொள்ளல. இத்தினி நாள் வேலனு ஓடுற அம்மா இன்னிக்கு விசேசம்னு ஊட்ல இருக்காளேனு வேவுகாலமா வந்துச்சு. ஆங்கறா... ஊங்கறா.. வாசலுக்குப் போறா... ஊட்டுக்குள்ளாற வாரா... குட்டிபோட்ட பூனையாட்டம் வீட்ட சுத்திச் சுத்தி வாரா. என்ன செய்யறதுனு புரியாத அப்பதான் செங்கமலம் வாய தெறந்தா.

“சாமி. இந்தக் கொலுக்கட்டைய போவுனிலப் போட்டு தரேன் சித்தப்பாரு ஊட்ல செத்த குடுத்துட்டு வரீயா’ன்னு சொன்னதுதான் தாமசம். பவுனுக்கு கண்ணெல்லாம் சிரிப்பு. கலுவி போட்டுக்கெடந்த கறிப்பாத்திரத்துல இருந்து பெரிய போவுனியா எடுத்து கொலுக்கட்டைய அடுக்கினா.

தேனீயாட்டம் ராசனைப் பாக்க பறந்துட்டா. கடலுக்குள்ள வழிதப்பிப் போனவன் கலங்கரை வெளக்க கண்டாப்ல தொலவுல வரக்கொள்ளவே சைக்கிளு கண்ணுக்குத் தட்டுப்பட்டுச்சு. அந்த சைக்கிளையே ஆதாரமா வெச்சு நடந்தா. கண்ணு பறபறனு ராசனை தெடுனுச்சு. சுத்தும் முத்தும் தேடி ஓடுச்சு முழி. சைக்களு பக்கத்துல நிறுத்தின மரம் ஓரமே சாஞ்சு மறப்பா நின்னுருந்தான். ஒரு நிமிசம் ஒலகம் என்னான்னு புரியல. தான் நெல என்னான்னு தெரியல தடுக்கிக் கீல உலுந்த புள்ளைய தலயில இருந்து காலு வர கண்ணாலயே காயத்தைத் தேடுற தாயாட்டம் அவன நூலு நூலா அளந்து பாத்தா. கண்ணுல பூவுலுந்த கௌவிக்கணக்கா கண்ண தேச்சு பாத்தப்பதான் அவுளுக்கே தெரிஞ்சிச்சு அலுவுறது. ராசனுக்கும் எதும் பேச வாய் வல்ல ஒருத்தொருக்கொருத்த ஏதுவுமே வேண்டாத ரெண்டு பிரியம் கண்ணு தண்ணியா அந்த ரெண்டு மனசயும் நொப்புச்சு.

“ம்பா.. ஏம்பே அலுவுற.”

“நான் ஒண்ணும் அலுவல.”

“ம்ம். ஆமா நீ அலுவாததுதேந் ஒன் மொசரையில தெரியுதே.”

“ஏன் என் மொசரைக்கு என்னாவாம்.”

“மூஞ்ச முரிக்காதபே... அம்பா இந்தாபே.”

“என்னாது பையி துணியாட்டம் ருக்கு.”

கொலந்தபுள்ள புது மண்ணுல விளாடுற சந்தோசம் அவ மொவத்துல ஆச ஆசயா எடுத்துப் பாத்தா. கருமாம்பச்சையில சுடிதாரு வளவி கலுத்துக்கும் காதுக்கும் சோடியா லோலாக்கு. அல்லாத்தையும் தடவிப் பாத்தா தொட்டுப் பாத்தா மேல வெச்சுப் பாத்தா அளவெல்லாம் அம்புட்டு சரியா இருக்கேனு கேட்டே கேட்டுப்புட்டா.

“ஆருக்குபே.”

“ம்ம்... எம்பொண்டாட்டிக்கு.”

சொல்லும் போதே வெள்ளெருக்கம் பூத்தாப்புல அம்புட்டு வெக்கம் ராசனுக்கு. எதயும் சுலுவுல பேசமாட்டான். அவன் கைய புடிக்கிற அலுதத்துல ஆயிரம் வாத்த கையளுத்தத்துல ஆறுதெ சொல்லும். ஆரையும் தூர நிறுத்திப் பேசுற கொணம். அமைதி பாதினா நெஞ்சழுத்தம் மீதி. அவன் மூஞ்சிய வெச்சு எதயும் கண்டுபுடிக்க முடியாது. அப்புடியானவன் வாயில இருந்து வந்துச்சு குறிஞ்சிப்பூவாட்டம் ஒரு வாத்த.

சைக்கிளு கேரியலுல ஏறி உக்காந்தா பவுனு கையில இருந்த கொலுகட்ட போவுனிய அவன்கிட்ட நீட்டுனா. எதும் பேசாத ஆளுக்கொன்னா தின்னாங்க.

“எனக்குப் புது துணிலாம் வேணாம்பே.”

“ஏன் ம்பா.”

“ஊட்டுக்கு தெரிஞ்சா.”

“நீ கட்டிக்கத்தான் புதுத் துணி வாங்கியாந்தேன். அதும் நாலு நா மண்ணு சொமந்த கூலியில. கெட்டுனா கட்டு இல்லனா ஆத்துல கெடாசிப்புட்டு போ.”

நெனப்புலயே நூறுதரம் அவளுக்கு கட்டிப்பாத்து வாங்கியாந்த துணி. நெசத்துல அவள புதுதுணியில பாக்கணும் அவனுக்கு.

“இல்ல புது துணிலாம் போட்டா ஏதுனு கேப்பாங்கபே.”

“எதுனா சொல்லிக்கம்பா உனக்கு ஆசயா வாங்கியாந்தேன்ம்”

புதுத் துணினு அவளாண்ட ஒண்ணும் இல்ல அல்லாம் ரெண்டு மூணு தரம் நூலுல கை ஊசிபோட்டு தெச்சதுதேன்.

சரினு தலையாட்டவும் சார ஒண்ணு ஓடவும் சரியா இருந்துச்சு. விலுக்குனு தூக்கிவாரிப் போட ரெண்டு பேரும் பயத்துல ஒருத்தரோட ஒருத்தர் இறுக்கிக்கிட்டாங்க. கொலுக்கட்ட வாசத்துக்குக் காத்து கருப்பு அண்டாத இருக்க மவ கையில எலும்ச்ச கொடுத்தனுப்பினா செங்கமலம். அத ஊட்லியே ரெண்டா பொளந்து உப்பு தடவி தின்னபடியே வந்திருந்தா பவுனு. இப்ப ராசன் மேல எலும்ச்ச வாசம் அவன் வாயெல்லாம்

எலும்ச்ச புளுப்பு. புளுப்பு கூட தித்திப்பா இருந்துச்சு. லெச்சம் மொற அணச்சு படுத்துப் பொறண்டாக்கூட வராத சந்தோசம் அந்த புளுப்பான மொத முத்தத்துல.

....

கொமச்சல் தாங்கமாட்டாம வீதியில பாய விரிச்சு புள்ளைய போட்டு இருந்தா பவுனு. தேட தேவயே இல்லாத அந்தியில பவுனு ஊட்ட தேடி நல்ல சேதி சொல்ல வந்தாரு சித்தப்பாரு. வெளியக்கெடந்த துணிதொவைக்கிற திண்டுல ஒக்காந்து பேச ஆரமிச்சாரு.

“கண்ணு. நீ நாளையில இருந்து கேணி வேலக்கி வா. கவுரு இலுக்குற வேல தேன். கல்லுல நிக்க மாறி வரும். கேணிக்குள்ற எறங்க வேணாம். அதெல்லாம் நாங்க பாத்துக்குறோம்.”

“சரிங்க சித்தப்பா. நான் நாளிக்குல இருந்து வந்துர்றேன். ஓங்களுக்குதான் செரமம் குடுத்துட்டேன்.”

புதுசா சமஞ்சவகிட்ட போயி அளவாருக்கனு சொன்னாப்ல அப்புடி ஒரு பூருப்பு மனுசனுக்கு.

“அதல்லாம் ஒண்ணுமில்ல. இந்த மூக்கன்தான் மொரண்டு புடிச்சான். கடசியா உங்கப்பன் பேர சொன்னதும்தான் அமதியானான் இன்னையோட இந்தக் கேணி முடிஞ்சுது. நாள மறுநா வடக்கால காளவூட்டு சுப்புரமணி காட்ல கேணி தூரு அள்ளனும் ஆர்றைக்கு ஊட்டுக்கு வந்துடு.”

“இல்லிங்க சித்தப்பா நான் நேரா காட்டுக்கே வந்துர்றேன்.”

“நீ என்னிக்கி ஆரு சொன்னத கேட்ட. இதக் கேக்குறதுக்கு” துண்டு பீடியில பூஞ்செடி எலைய ஓட்ட போடுற கணக்கா பேச ஆரமிச்சாரு. ஒத்தாச கேட்டு வந்தவ தானேங்கற அலெச்சியம். பொம்பளைக்கு தன்மானமுனு ஒண்ணு இருக்கவே கூடாதுங்கற சின்னபுத்தி. சட்டமா புள்ளைக்கு குடிக்க வாங்கியாந்த பாலுல காப்பி கலக்கித் தரச்சொல்லிக் குடிச்சிட்டு கௌம்புனாரு சித்தப்பாரு.

கேணி மண்டுனா பள்ளம் ஆறு மண்டுனா வெறும் மண்ணு.

கேணிய நோண்டி மருக்கா ஊத்தெடுத்துப் புடலாம். ஆனா. ஆத்த ஊடாக்கி ஊட்ட ஊராக்கி ஆத்து ஓடுன தடத்தையே அழிச்சுப்புடுவான் மனுசன். பொம்பளையும் அப்படித்தான் ஒருத்தன் கைய்ய எதிர்பாத்து நின்னாக்கா அவ தலய தட்டி தட்டி அவ ஆளையே யாருனு தடம் தெரியாத ஆக்கிபுடுவான் ஆம்பள. நிக்கிற நெலையில மனசுல உறுதியா நின்னா பவுனு ஆலமரமாட்டம் செலுச்சு படந்து தன்ன சேந்தவங்களுக்கு நெழலா நிக்கலாம். நிக்கணும். நின்னே ஆவனும் இதான் பவுனோட எண்ணொம். அந்த எண்ணத்த நெஞ்சுல ஆழமா வெதச்சுக்கிட்டா பவுனு. தெனம் விடியங்காட்டியும் பாய சுருட்டி வெச்சு எழுந்தா. ஊட்ட இருக்க ரெண்டு ஜீவங்களுக்கு வவுத்துப் பாட்ட முடிச்சு தனக்கும் போவுனில சோத்த அள்ளி போட்டுக்குட்டு ஆறு மணிக்கு கேணி மோட்டுல மொத ஆளா நிப்பா.

ஆரம்பத்துல பொம்பளனு ஒதுக்குனானுங்க. ஏளனம் பன்னானுங்க. கேணி வேலக்கி லாக்கில்லனு தூத்திப் பேசுனானுங்க. அல்லாத்துக்கும் மேல கேணி வெட்டுற செட்டுல ஒருத்தன சேத்துக்கிட்டா னு நரம்பு இல்லாத நாக்குல நாராசமா பேசுனானுங்க.

பொம்பள நம்ப செட்டுக்கு வர்ரது புடிக்காத மூக்கன் அவள தொரத்திப்புடனும்னு கங்கணம் கெட்டினான். ஆடிக்காத்துல முருங்கை முறியும். ஆலம் ஆட்டங்காணுமா. கேணிக்குள்ற இருந்து எப்பவும் ஏத்துற சொமையோட அதிகமா ஏத்தினான். கவுறு புடிச்சு இழுக்குற வேல பவுனாம்பாளுக்கு. கேணில கூட நிக்க ஆம்பளையாளுக அல்லாம்...

“வேணாம் டா முண்டச்சி பாவத்த கொட்டிக்காத’னாக்கா”

“நீ என்ன அவள சேத்துருக்கியா. அவுளுக்கு சப்போட்டுக்கு வர. ஆம்பளையாள் கூலி மட்டும் இனிக்கிது... ஆம்பள செய்யுற வேல மட்டும் கசக்குதோ. முடிஞ்சா செய்யட்டும் இல்லியா ஊட்டுக்குக் கெளம்பச் சொல்லு”னு மல்லுக்கு நின்னான். மத்த பொம்பளையா இருந்திருந்தா ரெண்டான் நாளே இந்த வேலையே வேணாமினு ஊடு வந்து சேந்திருப்பா.

இவதான் பவுனாச்சே. மனசுல ஊறிப் போன வலுவ ஒடம்புல வெதைச்சிக்கிட்டா. தூரமான நாளுல எல்லாம் ஒவ்வொரு மொறையும் மூச்சக்கட்டி கவுத்த இலுக்கும்போது கற்பப்பையே வெளிய வந்திரும் அந்தளவு ரணத்தை அடிவவுத்துல சேத்து கட்டி பாரைய வெளிய இலுத்தா.

தெனம் தெனம் கவுத்த இலுத்த உள்ளங்கையில தோலு வலுண்டுச்சு. தேங்காண்ணெய்யும் மஞ்சளும் சேத்துக் கொழைச்சு அப்பிக்கிட்டா அடுத்த நாளு கையில வெட்டுவான்தவயில பத்துப் போட்டா ஓரளவு சரியாச்சு. வலி மேலயும் வலியா கவுத்த வுடாத இலுத்தா மொதல்ல கையி காப்பு காய்ச்சுச்சு. மூணு மாசத்தில அவ மனசாட்டமே கையும் பாறையாச்சு. வேற வழியில்லாத கேணி வேலையில இவளையும் சேத்திக்க வேண்டிதா போச்சு. பொருமுனவன் பொருமிக்கிட்டுதான் கெடந்தான் திட்டுனவன் திட்டிக்கிட்டுதான் கெடந்தான். ஆனா இவ எத்தையும் கேக்கல ஆரையும் நோகல ஆரையும் கண்டுக்கல வேலை வேலைனு பறந்தா சிந்தன எங்கயும் தேங்கல. தான் உண்டு தன் வேல உண்டுனு கெடந்தா.

....

வெயசு வேகத்துல செஞ்சதுக்குக் காலம் முச்சூடும் அவ கலுத்த நெரிக்குற பாம்பாட்டமா சுத்தி அவள வெச்சிப்புட்டாங்க.

அந்த ஒத்த சீவன தவுத்து ஆரும் பாக்காத பவுனாம்பாளோட மனசு. அது என்னா பாடு படுதுனு ஆருக்கும் தெரியல. அவளோட வீராப்பும் ஜம்பமும் ஊரு முன்னால தலய நிமித்தி நின்னாலும், வீணாப்போவுற வெயசும், ஒடம்பும் வெயசுக்கு ஏத்தாப்புல இருக்குற வீரியமும், அவள கொஞ்ச கொஞ்சனா திங்க ஆரமிச்சுச்சு. சாமத்துல வார நோவுக்கு பெயந்தே பகலெல்லாம் பேயாட்டமா வேலயில முங்குனா. பலநாள் அந்த ஒடம்பு நோவு அவள மறந்து தூங்க வெச்சிது. செல நாளு வலியவும் தாண்டி அவ ஒடம்பு அவள தூங்க உட்டதில்ல. மரத்தடி புள்ளையாருக்கு மழ பெய்யும்போதல்லாம் அபிசேகம்ங்கற மாதிரி முலிச்சுக்கெடக்குற ராவுல எரிஞ்சுகெடக்குற ஒடம்ப பச்சத்தண்ணிய தலயோட ஊத்தி ஆத்திக்கிட்டா. திகுதிகுனு

பத்தி எரியுற கருப்பங்காட்டுக்கு வாளி தண்ணி ஊத்துன கதயா தான் போனுச்சு. தாவி அணைக்கவும் சாஞ்சு அலுகவும் ஒரு தொணை இல்லாத ஏக்கொம் அவ மொகத்த வாட்டுச்சு. அந்த மாதிரியான நேரத்துலதான் அவ ஆத்தா

'புள்ளைக்கு மூனாம் வர்சம் பொறந்து போச்சு பாப்பா மொட்ட போடுவமா'னு மவளாண்ட கேட்டா.

ஏத்தனமே குடிச்சுக் குடிச்சு பாதி கொடலு வெந்து போன பதினாலு வர்சம் மூப்பு பயலுக்கு கெட்டி குடுத்து ஒரே வருசத்துல பரலோகம் போயி சேந்தவன் புருசங்கற ஒரே காரணத்தால அவன் ஊட்டுக் கொல தெய்வத் தாண்ட போயிதேன் மொட்ட போடணும்.

'சொந்தபந்தம் கெடானு அதுக்கு ஊரப்பட்ட காசு செலவாவும் மா. பேசாம அடுத்த வாரத்துக்கு சமயபுரம் போவோம்னு முடிவுகட்டினா.

நாத்திக்கெளம மூணு பேருமா கட்டுசோத்த கட்டிக்கிட்டு காலங்காத்தால நாலரை மணி தீரனுக்கு கெளம்புனாங்க. ஏலு மணிக்கெல்லாம் கோயிலு வாசல்ல கெலக்கமா பாத்து மூனு பேருமா கையெடுத்துக் கும்பிட்டாங்க. மவ படுற பாட்டயும் இந்த வயெசுலயே தாலி அத்துட்டு தனியா கஸ்டத்த அனுவெவிக்கிறதயும் நெனைச்சு அப்பயே செங்கமலத்துக்கு கண்ணு தண்ணி தானா வர ஆரமிச்சிருச்சு. நீதான் தாயி என் மவளுக்கு நல்ல பாதைய காட்டணும்னு மனசார வேண்டிக்கிட்டா. மொட்டையடிக்க ரெண்டு டோக்கன் வாங்கினா பவுனு.

"எதுக்கு கண்ணு ரெண்டு டோக்கனு."

"எனக்கு தாம்மா" நெத்தில அவ்ளோ சுருக்கம். அம்புட்டு யோஜன பவுனுக்கு. மயித்த வெட்டுறதா வேணாமானு. வெட்டுனா வளந்திடும் தான். பொண்டாட்டி செத்தா ஆம்பளைக்கு புது மாப்புள பட்டம். அதே புருசன் செத்தா பொம்பளைக்கு அவுசாரி பட்டம் கொடுக்குற ஊரு.

கொஞ்ச நாளக்கி ஊரு வாய மூடலாம். அங்கங்க கேக்குற ஜாட பேச்சுலருந்தும் பார்வையிலயிருந்தும் தப்பிக்கலாம்னு நெனைச்சு... ஆத்தாக்கிட்ட வேண்டுதலுனு சொல்லிக்கிட்டா.

தான் மனசுக்கும் ஓடம்புக்கும் மறுத்துப்போற மருந்துதான் இந்த மொட்ட போடுற கூத்துனு பவுனுக்கு மட்டும்தான் தெரியும். அவள நம்பி நிக்கிற ரெண்டு சீவனுக்காக அவ தாரவாத்துக் கொடுக்குறது அவ தல மசுர மட்டும் இல்ல. ஆம்பளையாளுங்க சுத்திலும் நிக்க நடுவால வேல செய்யுற அவளோட அவஸ்த்தையான மனசுக்கும், நூலுல கட்டுன கல்லாட்டம் ஆடுற ஆசைக்கும், ஒலையா கொதிக்கிற அவ ஓடம்புக்கும் கடிவாளம் கட்ட வேற வலித்தெரியாத அவுளுக்கே அவ கொடுத்துக்குற தெண்டன.

★★★

பவித்ரா பான்டியராஜு

சென்னையில் பிறந்தவர். தற்போது பெரம்பலூர் மாவட்டத்தில் இருப்பிடம். விவசாயத்திலும் நாட்டுக்கோழி வளர்ப்பிலும் ஈடுபட்டுள்ளார். எழுத்தின் மீது கொண்ட காதலால் எழுதத் துவங்கியுள்ளார்..

மதகரி

இராஜேஷ் ஜெயப்பிரகாஷம்

சிறு சப்தம் கேட்கும் கணத்தில் எல்லாம் வாயிலை நோக்கி ஆர்வத்துடன் ஓடினாள் பிங்கி, நினைப்பதற்கு மாறாக வந்தது எதிர்பார்த்தது இல்லை என்று தெரிந்தவுடன் சுணங்கினாலும், அதே ஓட்ட நடையில் திரும்பி வந்தாள்.

வாயிலில் கல்யாண பேண்டு கோஷ்டி அவளுக்குப் பிடித்த பாடலை வாசித்தது கூட அவளைக் கவரவில்லை, எதிர்பார்க்கும் விஷயத்திற்கு மாறாக நடப்பது பிடித்த விஷயமாகவே இருந்தாலும் அது மனதின் சுவாரசியப் பகுதியைத் தூண்டுவதில்லை...

சோகத்துடன் திரும்பி வந்த பிங்கியைப் பார்த்த ராதாக்கா

"ஏன்டி, இப்படி பரபரக்கிற... சின்னச் சின்னச் சத்தத்துக்கு ஓடாத, கிருஷ்ணன் வந்தா வெளியில இவ்வளவு அமைதியாவ இருக்கும், மொத்த கூட்டமும் அங்கே ஓடாது, அப்ப நீயும் சேர்ந்து ஓடு, அதுவரைக்கும் அமைதியா இரு, இப்படி

ஏமாந்துட்டே இருக்காத."

"கூட்டத்தோட ஏங்கா போகச் சொல்ற" என்றாள் ஷோபி.

"ஏன் போனா என்னா?"

"இல்லை வழக்கமா இங்கிருக்கறவங்கனா பரவாயில்லை, இப்ப கல்யாணத்துக்கு நிறையா பேர் வந்திருக்காங்க, பலர் கண்ணு பல மாதிரி, எப்பயும் ஒரே மாதிரி இருக்காது."

நிதானமாக ஷோபியைப் பார்த்த ராதாக்கா

"அவ குழந்தைடி..."

"உனக்கு எப்பவும் அவ குழந்தைதான், எல்லாருக்கும் அப்படியேதானிருக்கணும்னு எந்த அவசியமில்ல, நல்லா திம்மு திம்முனு வளர்ந்திட்டு வரா..."

ராதாக்கா பிங்கியைப் பார்த்தாள், அவள் புதுத்துணியை தடவியபடியே இருந்தாள், பிங்கியை அவள்தான் குட்டி முன்னாவைப் பார்த்துகொள்ளும் வேலைக்காக ஊரிலிருந்து அழைத்து வந்தாள். சின்னப் பெண், தொலைதூரம் எனக் கவலைப்பட்ட பிங்கியின் அம்மாவுக்கு ஆறுதல் அளித்து தான் பார்த்துக்கொள்வதாக வாக்களித்திருந்தாள்.

"இன்னும் கொஞ்ச நாள் சந்தோஷமா இருக்கட்டும் ஷோபி..." என்ற ராதாக்கா பிங்கியைப் பார்த்து-

"எதுக்குடி இப்படி பட்டாம்பூச்சி மாதிரி ஓரிடத்தில் நிக்காம ஓடிட்டே இருக்க, அமைதியாதான் கொஞ்ச நேரம் உட்காரேன்" என்றாள் ராதாக்கா.

வழக்கமாக எதாவது வேலையிருந்தபடியே இருக்கும் அந்த வீட்டுப் பணியாளர்களுக்கு இப்போது பெரிதாக எந்த வேலையுமில்ல, கல்யாணத்துக்கென விட்டிருந்த கான்டரக்டரின் பணியாளர்கள் இவர்களின் வேலையைத் தற்காலிகமாக ஏற்றிருந்தனர்.

தற்காலிக ஓய்வு அவர்களுக்குப் பேசும் சுவாரசியத்தையும் சுதந்திரத்தையும் தந்திருந்தது.

வெவ்வேறு நிலப்பரப்பின் விருட்சங்கள், இந்தப் பாலை நிலத்தில் தங்களின் வாழ்வாதாரத்துக்கான பொருள் தேடலில் வந்தடைந்தனர். தத்தம் நிலப்பெருமையைப் பேசுவதில் இப்பொழுதை சுவாரசியமாக்க முயன்றனர். இழந்த ஊரின் ஏக்கத்தை இந்தப் பாலை நிலத்தின் வறட்சியைக் குறைசொல்லி மறைக்க முயன்றனர்.

பனித்தேசத்தைச் சேர்ந்த பிங்கிக்குக் குளிரைத் தவிர தன் ஊரின் பெருமையாக எதைச்சொல்வது எனப் புரியவில்லை, அதனால் அவர்களின் உரையாடலில் பங்கு பெறாமல் வாயிலைப் பார்த்தபடி இருந்தாள்.

மீண்டும் கேட்ட கேட்ட மணிச் சத்தத்தால் நினைவுகளிலிருந்து மீண்ட பிங்கி பரபரவென வாயிற்கதவை நோக்கி ஓட நினைத்தாள் பின் புதுத் துணிக்கு எதுவும் ஆகிடக் கூடாது என்ற எச்சரிக்கை உணர்வில் கவனத்துடன் வாயிற்கதவை நோக்கி நடந்தாள், மணியோசை வந்த திசையைப் பார்த்த பிங்கி ஏமாந்தாள், எஜமான் வீட்டில் நிரந்தரமாக இருக்கும் ஒட்டகம் தான் நடைபோட்டபடி வந்து கொண்டிருந்தது, வழக்கத்துக்கு மாறாக அதன் மேல் ஒரு சிவப்பு நிறப் பளபளக்கும் துணி இருந்தது, அலங்காரத்துக்காக இருக்கும் எனத் தனக்குள்ளே சொன்னபடி நகர்ந்த பிங்கி, நின்று மீண்டும் ஒருமுறை ஒட்டகத்தைப் பார்த்தாள்.

"என்னத்தான் மினுக்கிற மாதிரி துணி போட்டாலும், கிருஷ்ணனோட கம்பீரம் வருமா, வெட்கம் கெட்ட ஒட்டகம்" முணுமுணுத்தபடி திரும்பவும் வீட்டிற்குள் அடிவைக்க ஆரம்பித்தாள்...

இங்கு வந்த நாளிலிருந்தே பிங்கிக்கு ஒட்டகத்தைப் பிடிக்கவில்லை, அவள் இங்கு வருவதற்கு முன் ஒட்டகத்தைப் பார்த்ததேயில்லை, அவள் ஊரில் அது இல்லை.

அதன் நிறம், எப்போதும் எதையாவது அசைபோட்டுக் கொண்டே இருக்கும் அதன் வாய், பற்கள், இந்த ஊரில் எங்கும் நிறைந்திருக்கும் மணல் போன்ற அதன் நிறம், சுறுசுறுப்பில்லாத அதன் நடை எதுவும் அவளுக்குப் பிடிக்காது, சோம்பேறி மிருகம்

என்றே அதைப் பார்க்கும் கணத்தில் எல்லாம் முகம் சுளித்தபடி நினைத்துக்கொள்வாள். வெயிலில் எந்த லஜ்ஜையுமில்லாமல் உட்கார்ந்து கிடக்கும் அதன் சுபாவத்தை வெறுத்தாள். அவளுக்கு எந்நேரமும் வெக்கையையும், வேர்வையையும் தரும் வெயில் பிடிப்பதேயில்லை.

அவள் வெறுக்கும் வெயில் தகிக்கும் ஒரு நாளில்தான் கிருஷ்ணன் லாரியில் வந்து இறங்கினான், இதுவரை யாரும் நடத்திப் பார்க்காதளவிற்கு பிரம்மாண்டமாகத் தன் வீட்டின் கடைசிக் கல்யாணம் இருக்க வேண்டும் என்பதற்காக, பெரிய எஜமான் அந்த பிரம்மாண்டத்தை அழைத்து வந்திருந்தார்.

வழக்கமாக மணமகன் ஊர்வலம் நடக்கும் குதிரைக்கு பதிலாக கஜராஜன் ஊர்வலம்...

அந்த பக்கத்தில் இதுவரை யாரும் இந்த பிரம்மாண்டத்தை பார்த்ததில்லை என்பதால் வீட்டிலிருந்தவர்கள் கூட அதை ஆச்சரியத்துடனும் பிரம்மாண்டம் தரும் ஆரம்பக்கட்ட அச்சத்துடனும் பார்த்தனர்.

பிங்கிக்கு அந்த பிரம்மாண்டம் ஆரம்பக்கட்ட பயத்தைத் தாண்டிய பின் ஒரு பரவசத்தைக் கொடுத்தது, எப்போதும் எதாவது ஒரு அசைவைக் கொடுத்துக் கொண்டிருந்த அந்த உருவம் பிடித்தது. சோர்வடைய வைக்காத அதன் சுவாரசிய அசைவுகள் அதையே பார்த்துக்கொண்டிருக்க வேண்டும் போலிருந்தது.

குட்டி முன்னா தூங்கின பிறகு கிருஷ்ணனைக் கட்டியிருக்கும் பின்கட்டிற்கு ஓடினாள், அதன் அசைவுகள் அவளுக்குச் சலிக்கவே சலிக்காத ஆனந்தத்தைக் கொடுத்தது...

"ஏன் எப்பவும் காதை அசைச்சுக்கிட்டே இருக்கு?"

"இங்க நிறையச் சூடா இருக்கில்ல, இந்தச் சூடு அதுக்குத் தாங்காது, அதைக் குறைக்க காதை ஆட்டி தன்னையே குளிர்ச்சியா வச்சுகுது..."

கிருஷ்ணனோடு வந்த அந்தப் பையன் நாசர் சொன்ன காரணம் பிங்கிக்குப் புரியலை, இருந்தாலும் கிருஷ்ணனைப் பற்றித் தெரிந்துகொள்ளும் ஆர்வம் மட்டும் அதிகரித்தபடியே இருந்தது.

“எனக்கும் இங்க வந்த புதுசில் அப்படித் தானிருந்தது, ஆனா கொஞ்ச நாளில் பழகிருச்சு, கிருஷ்ணனுக்கும் பழகிரும்...”

“அதுக்குள்ள நாங்க கிளம்பிருவமே...” நாசர் சிரித்தபடி சொன்னான்.

“ஏன் விசேஷம் முடிஞ்ச பிறகும் இங்கேயே இருக்கலாமே? நான் வேணா முன்னா அம்மா கிட்ட சொல்லி எஜமான் கிட்ட கேட்கறேன்.”

“இல்ல இந்தச் சூட்டில் கொஞ்ச நாளைக்கு மேல கிருஷ்ணன் இருக்காது, இப்பவே வரத்துக்கு ஆசான் ஒத்துக்கலை, உங்க எஜமானன் எங்க எஜமானுக்கு ரொம்ப தோஸ்த் போல, அவர் ரொம்ப வற்புறுத்தினதுக்கு அப்புறம்தான் ஆசான் ஒத்துக்கிட்டார்.”

நாசர், ஆசான் என்று அழைத்த அந்தப் பெரியவர் மீசை சந்தையில் பார்த்த துணிக்கார தாத்தாவை நினைவுபடுத்தியதால் பிங்கி அவர் மீது ஒரு ஒவ்வாமை கொண்டிருந்தாள், அதனாலேயே கிருஷ்ணனைப் பத்தின உரையாடலை நாசருடன் மட்டுமே நடத்தினாள்.

“கிருஷ்ணன் சூடு தாங்காதா?”

“ஆமா இந்தச் சூட்டுக்கு அது இருக்காது.”

“எங்க ஊர் எப்போதும் குளிரா இருக்குமே, அங்கயும் இல்லையே...”

“காடுகள் இருக்கறிடத்தில் மட்டும்தான் இது இருக்கும்...”

“எங்க ஊரில் காடுகள் நிறையா இருக்கு” பிங்கி ரோஷத்துடன்.

“ஆனை இல்லைனா அதெப்படி காடாகும்” என்றான் நாசர் சிரித்தபடி.

பிங்கி இதற்கு என்ன பதில் சொல்வது என்று தெரியாமல் யோசனையில் அமைதியானாள். கிருஷ்ணன் கிளம்பிருவான் என்ற செய்தி பிங்கிக்கு வருத்தத்தைத் தந்தாலும், ‘பாவம் அதுவும் அம்மாவைப் பார்க்கணுமில்ல’ எனச் சமாதானப்படுத்திக் கொண்டாள்.

பிங்கிக்குக் கிருஷ்ணனுடன் இருப்பது ரொம்பப் பிடித்திருந்தது, நாசருக்குப் பிங்கியுடன் இருப்பது பிடித்திருந்தது

பாயல் இவர்களை நோக்கி வருவதைப் பார்த்தாள் பிங்கி, கிருஷ்ணனை நெருங்கி வரப் பயப்படுவது அவளின் நடையில் தெரிந்தது, சற்று தூரத்தில் நின்றபடியே "பிங்கி உன்னை ராதாக்கா கூப்படறாங்க" என்றாள்.

கிருஷ்ணனுடன் இன்னும் சிறிது நேரம் இருக்க வேண்டும் எனத் தோன்றினாலும், கூப்பிடுவது ராதாக்கா என்பதால் துள்ளலுடன் ஓடினாள்.

பிங்கி போன போது வீட்டில் வேலை செய்யும் எல்லாரும் ராதாக்காவைச் சுற்றி உட்கார்ந்திருப்பது தெரிந்தது, ராதாக்கா முன் நிறைய பைகள் இருந்தன.

"வா பிங்கி, கல்யாணத்துக்காகப் பெரிய எஜமான் எல்லாத்துக்கும் புதுத்துணி எடுத்துத் தந்திருக்காங்க, இது உன்னது" என்று ஒரு பையை நீட்டினாள்.

வாங்கிய வேகத்தில் பையைப் பிரித்த பிங்கி உள்ளிருந்த துணியைப் பார்த்தாள், அவளுக்குப் பிடித்த வெண்மை நிறத்திலிருந்தது அவளுக்குப் பிடித்திருந்தது, கூடவே இருந்த இன்னொரு துணியைப் பார்த்துக் குழம்பினாள்.

"ராதாக்கா, குட்டி முன்னாவோட துணி மாறி வந்திருச்சுனு நினைக்கிறேன், ஆனா அவனுக்கும் இது பெருசாயிருக்குமே?"

இதைக் கேட்டவுடன் பாயலும், சோபியாவும் விழுந்து விழுந்து சிரித்தார்கள், எதற்குச் சிரிக்கிறார்கள் எனப் பிங்கிக்குப் புரியவில்லை...

"சும்மாயிருங்கடி.... தெரியலைனா நாமதான் சொல்லிக் கொடுக்கனும். பிங்கி அது உனக்குத்தான். சின்ன எஜமானியம்மா தான் கண்டிப்பா சொல்லிட்டாங்க, இதைப் போட்டுட்டு அதுக்கு மேல குர்தா போட்டுக்கோ..."

புதுத்துணி அவளுக்குச் சொல்ல முடியாத ஒரு சுவாரசியத்தைக் கொடுத்தது, அதுவும் உள்ளுக்குள் போட்டிருந்த புதுத்துணி ஒரு மாதிரி கசகசவென இருந்தாலும், புதுத்துணி குறுகுறுப்பை

கொடுத்தது. கடைசியா எப்போது புதுத்துணி உடுத்தினது என்பது ஞாபகத்துக்கு வரவில்லை, இங்க வேலைக்கு வருவதற்கு முந்தைய நாளில் அம்மா சந்தையில் துணி வாங்கிக் கொடுத்தது ஞாபகத்துக்கு வந்தது.

வந்த ஒரே வாரத்தில் அதில் ஒன்று கிழிந்து போக, பிங்கி அன்றிரவு முழுவதும் அழுதபடி இருந்தாள். பக்கத்தில் படுத்திருந்த ராதாக்காதான் சமாதானம் சொல்லியபடியே இருந்தாள்.

“துணி கிழிந்து போனதுக்கு யாராவது இப்படி அழுதுகொண்டே இருப்பாங்களா? விடு புதுசு வாங்கிக்கலாம்.”

“இல்லை, அம்மா புதுசு வாங்கிக் கொடுத்தாங்க.. அதை உடனே கிழித்தது தெரிந்தால் அடிப்பார்கள்.”

“ஆயிரம் மைலுக்கு அப்புறம் இருக்கறவங்களுக்கு எப்படித் தெரியும், நீ அமைதியா தூங்கு...”

“ஊருக்குப் போகும் போது கேட்பார்களே?”

“நீ திரும்ப ஊருக்குப் போறதுக்குள்ள இந்தத் துணியெல்லாம் பத்தாம போயிரும், அதுவுமில்லாமல் நீங்க போறப்ப எஜமானியம்மா உனக்கு நிறையா புதுத்துணி தருவாங்க அதைப் பார்த்தா அம்மா இதை மறந்திருவாங்க...”

“அதுவும் இதே மாதிரி கிழிஞ்சிச் போயிட்டா?” என்றாள் பிங்கி சந்தேகத்துடன்

“அது கிழியாது... புதுசு கிழியாது.”

“இதுவும் புதுசுதான், என்னைக் கூட்டிவிட்டுப் போய் தான் வாங்கித் தந்தாங்க” என்றாள் பிங்கி ரோசத்துடன்.

“சந்தையில் வாங்கறத் துணி நமக்குத்தான் புதுசு, துணி புதுச்சில்ல.”

ஒரு நிமிடம் ராதாவை உற்றுப் பார்த்த பிங்கி-

“அம்மா பொய் சொல்ல மாட்டாங்க.”

கோபக்குரலில் சொல்லிவிட்டு ராதாவுக்கு முதுகைக் காட்டிய படி திரும்பிப் படுத்தாள் பிங்கி.

அவளின் செய்கையைப் பார்த்த ராதாவுக்குச் சிரிப்பு வந்தது, சின்னப்பிள்ளை என தனக்குள்ளே சிரித்தபடி நினைத்துக் கொண்டாள், உடனே மனதிற்குள் எவ்வளவு காலம் என்ற குரல் கேட்டது, இருக்கும்வரை இருக்கட்டுமே என்ற சமாதானத்தை அதற்குக் கூறிவிட்டு பெருமூச்சுடன் கண்களை மூடினாள்.

திரும்பிப் படுத்த பிங்கிக்குத் தூக்கம் வரவில்லை. கோவம் தான் வந்தது. ராதாவின் மேல், கிழிந்த துணியின்மேல், அம்மாவின் மேல், துணியை விற்ற அந்த முகம் மறந்துபோன பெரிய மீசையுடன் இருந்த அந்தத் தாத்தா மீது, அஞ்சாவது வகுப்பில் பெயில் போட்ட சித்தரஞ்சன் வாத்தியார் மேல், கண்காணாயிடத்தில் கத்திக் குத்து வாங்கி இறந்துபோன அப்பாவின் மீது.

கொஞ்ச நேரத்தில் கோபம் அழுகை மாறியது, அழுகையை மறைக்க கைகளால் கண்ணை மூடினாள், மூடிய கையில் கிடைத்த இருட்டு அவளுக்குப் பிடித்திருந்தது, அதன் வண்ணம் பிடித்திருந்தது.

அந்த வண்ணம் காரணமாகவே அவளுக்கு கிருஷ்ணனையும் பிடித்துப் போனதோ என்று ஆரம்பத்தில் சந்தேகம் இருந்தது.

“ராதாக்கா நான் புதுத்துணியைப் போய் கிருஷ்ணன் கிட்ட காட்டிட்டு வரட்டுமா?”

“அதுக்குப் புதுத்துணி பத்தி ஏதாவது தெரியுமா? இல்லை நீ காட்டினதால் சந்தோஷம்தான் படுமா?” என்றாள் பாயல்

“அதுக்கு சந்தோஷமோ இல்லையோ, காட்டுறதால் நமக்குச் சந்தோஷம் கிடைக்கும்னா காட்டுறதில் என்ன தப்பு. நீ போயிட்டு வா பிங்கி” என்றாள் ராதாக்கா

“யானை வந்தப்புறம் பிங்கியைக் கையிலயே பிடிக்க முடியறதில்லை, எப்பவும் யானயப் பாக்க ஓடிறா...” மானஸா சிரித்தபடி சொன்னாள்.

"இல்லனா மட்டும் என் செல்லம் அமைதியா ஓரிடத்தில் நிக்குமா, அவ காலடி படாத இடமே இங்கில்ல" என்று பிங்கியின் கன்னத்தை வருடி நெட்டி முறித்தாள் ராதாக்கா.

பிங்கி, ராதாக்காவைப் பார்த்துச் சிரித்து விட்டு கிருஷ்ணனை நோக்கி ஓடினாள்.

பிங்கிக்கு அந்தப் பெரிய வீட்டை அப்படி ஓடி அளப்பது ரொம்பப் பிடிக்கும், அதன் பிரம்மாண்டம் அவளுக்கு ஒரு கிளர்ச்சியைக் கொடுத்தது. குட்டி முன்னா தூங்கும் நேரத்தில் எல்லாம் அந்த வீட்டை ஒரு பட்டாம்பூச்சி போல் சுற்றி வருவாள்.

நீண்ட மொட்டை மாடியும், அதிலிருந்து பார்க்கும் போது தூரத்தில் தெரியும் வீடுகளும், அசையும் மனிதர்களையும் பார்க்க ரொம்பவும் பிடிக்கும்.

அதை தாண்டி இருக்கும் மணற்பரப்பு மட்டும் அவளுக்குப் பிடிக்காது, எதுவும் இல்லாமல் வெறும் குன்றுகளாக இருக்கும் அதைப் பிடிக்கவேயில்லை, எப்போதும் தகிக்கும் இந்த சூட்டைத் தருவது அந்த மணற்பரப்புதான் என்று ராதாக்கா சொன்னதிலிருந்து அதை இன்னும் பிடிக்காமல் போனது.

மாடிக் காட்சிகள் சலிப்பைத் தரும்போது வெளியே வந்து முற்றத்தில் இருக்கும் எல்லாத் தூண்களையும் வளைய வருவாள். பின், பின் பக்கம் ஓடி அங்கே காயவைத்திருக்கும் மிளகாய் இல்லை வேற பொருளையோ சுற்றிச் சுற்றி வருவாள், அங்கிருந்து சமையலறைக்கு வந்து வாசனை பிடிப்பாள், இடையே இடையே குட்டி முன்னா அறைக்கு ஓடி அவன் தூங்குவதை ஒரு விநாடி நின்னு பார்த்திட்டு காற்றில் ஒரு முத்தத்தைப் பரவவிட்டுத் திரும்புவாள். பிங்கி இப்படி அலையும் கணத்தில் சில சமயம் அமைதியாக இருக்கும் பெரிய எஜமானி, சில தடவை பொருமுவாள்

"ஈ மாதிரி நிலையில்லாம சுத்திக்கிட்டே இருந்தா கடைசியில் நரகலில்தான் போய் உட்கார வேண்டியிருக்கும்."

துணிப்பையுடன் வந்த பிங்கியைப் பார்த்த கிருஷ்ணன்

வேகவேகமாகத் தன் காதுகளை ஆட்டியது.

"இப்பதான் சூடு இல்லையே அப்புறமும் ஏன் காதை ஆட்டுது?" நாசரைப் பார்த்து பிங்கி கேட்டாள்.

நாசருக்குப் பதில் சொல்லத் தெரியலை, அவனுக்குக் கிருஷ்ணனைத் தெரிந்தளவுக்கு, யானையைப் பற்றி தெரியாது, என்ன பதில் சொல்வது என முழித்தான்.

கிருஷ்ணனும் ஒரு கவளத்தை வாயில் திணித்தபடி அந்தப் பெரியவர் பதில் சொன்னார்.

"அதுக்கு உன்னை ரொம்ப ரொம்பப் பிடிச்சிருச்சு, நீ வந்த சந்தோஷத்தை அது காதை ஆட்டி வெளிக்காட்டுது."

இப்போதும் அவர் சொன்ன பதில் அவளுக்குத் திருப்தி அளிக்கவில்லை, அதெப்படி ஒரே செய்கைகளுக்கு வேற வேற அர்த்தம் இருக்க முடியும், இவரும் தன்னை ஏமாற்றுகிறார் என பிங்கி நினைத்தாள்.

இருந்தாலும் கிருஷ்ணன் மீதிருந்த ஆவல் அவரை நோக்கி பிங்கியைத் தள்ளியது.

"என்ன சாப்பிட கொடுக்கறிங்க?"

"அதுக்குப் பிடிச்சது..."

"நான் கொடுக்கட்டா?"

ஒரு விநாடி யோசித்த பெரியவர், பின் தலையசைத்து பிங்கியைப் பக்கத்தில் அழைத்தார், பிங்கி சந்தோஷத்துடன் ஓடினாள்.

சில நாட்களாகக் கிருஷ்ணனைப் பார்த்து வந்தாலும், இவ்வளவு பக்கத்தில் பார்த்ததில்லை.

பிங்கி நீட்டிய கவளத்தை வாங்க தன் தும்பிக்கையைத் தூக்கி அவளுக்கு வாகாகத் தன் வாயைக் காட்டியது, கவளத்தை வைக்கும் போது அதன் வாயின் ஓரத்தில் பட்ட பிங்கியின் கையில் ஒரு சிலிர்ப்பு ஓடியது.

நாசருக்கு இதைப் பார்க்கும் போது ஆச்சரியமாக இருந்தது, இதுவரை ஆசான் அவனை கிருஷ்ணனுக்கு உணவிட

அனுமதித்ததில்லை, ஆசான் இல்லாத சில நேரத்தில் அவன் முயற்சித்தபோதும், கிருஷ்ணன் அந்த உணவை சீண்டியது இல்லை.

தான் நீட்டிய கவளத்தைச் சமர்த்தாக வாங்கிய கிருஷ்ணனைப் பார்த்த பிங்கிக்கு சந்தோஷமாக இருந்தது, குட்டி முன்னாவும் இதே மாதிரி வாங்கிட்டா எவ்வளவு நல்லாயிருக்கும், இரண்டாவது வாயிற் மேல் எதை வைத்தாலும் துப்பிவிடுவான், இருப்பதிலேயே பிங்கிக்கு ஆயாசம் தரும் வேலை குட்டி முன்னாவிற்கு உணவு ஊட்டுவது தான்.

பாத்திரத்திலிருந்த கவளத்தை எல்லாம் முடித்த போதும் தன் தும்பிக்கையை நீட்டியது. பிங்கி திரும்பி ஆசானைப் பார்த்தாள்

“இன்னும் பசிக்குது போல...” என்றாள்.

“இல்லை போதும், இதுக்கு மேல போட்டா வயிறு ரொம்பிரும், அப்புறம் சோம்பேறி ஆகிடும்” என்றார் ஆசான்.

பெரிய எஜமானியை விட இவர் மோசம் என பிங்கி நினைத்துக் கொண்டாள்.

பிங்கி யோசிப்பதைப் பார்த்த ஆசான் சிரித்தபடி கிருஷ்ணனைப் பார்த்து, பிங்கிக்குப் புரியாத பாஷையில் ஏதோ கேட்டார். கிருஷ்ணன் வேகமாகத் தலையை ஆட்டியது. மெல்லிய முறுவலுடன் அதன் தும்பிக்கையைத் தட்டிக்கொடுத்த ஆசான் பிங்கியைப் பார்த்து-

“பாரு... அதுவே போதும்னு சொல்லிருச்சு.”

“உங்களுக்கு யானை பாஷை தெரியுமா?”

ஆசானுக்கு அவளின் வெகுளித்தனம் பிடித்திருந்து, சிரித்தபடியே இல்லை எனத் தலையாட்டினார்.

“அப்புறம் எப்படிச் சொல்றிங்க...”

“அதுங்க பாஷையை நாம கத்துகிறதுதான் கஷ்டம், நம்ம பாஷையை அதுங்க சுலபமா கத்துக்கும், இல்லயாடா கிருஷ்ணா...” என்றார் மறுபடியும் தும்பிக்கையை வருடியபடி.

கிருஷ்ணன் பலமாகத் தலையாட்டியது.

“நீங்க சொல்றதை அது புரிஞ்சுக்கும்னா என்னைத் தூக்கச் சொல்ல முடியுமா?”

பிங்கியின் கேள்விக்குப் பதில் சொல்லாமல் ஆசான் கிருஷ்ணனிடம் ஏதோ சொன்னார்.

கிருஷ்ணன் தன் தும்பிக்கையைக் கீழே போட்டு தலையை அசைத்தது, ஆசான் அதனிடம் மறுபடியும் கோபத்தோடு ஏதோ சொன்னார், அவர் பேசின பாஷை புரியலானாலும் கிருஷ்ணனிடம் அவர் கோபப்படுவது புரிந்தது.

“இல்ல இப்ப வேணாம்...” பிங்கி கத்தினாள்.

“ஏன் பயமாயிருக்கா?”

“இல்ல புதுத்துணி போட்டப்புறம் தூக்கினாப் போதும்.”

“சரி... அதுக்குள்ள கிருஷ்ணனும் வழிக்கு வந்திருவான்.”

“அப்படியே கிருஷ்ணனோட ஒரு போட்டோவும் எடுத்து தரிங்களா?”

“எதுக்கு?”

“அம்மா கிட்டக் காட்ட...”

பிங்கி, அம்மாவின் பழைய போட்டோ ஒன்றைப் பார்த்திருக்கிறாள், அவர் சர்க்கஸில் இருந்த போது எடுத்த போட்டோ. தும்பிக்கையைத் தூக்கியபடி இருக்கும் யானையின் தலையில் அவர் அமர்ந்திருக்கும் போட்டோ. படிப்பை நிறுத்திய பிறகு பிங்கியை சர்க்கஸில் சேர்க்கவே அவர் முயற்சித்தார், வந்த ஏஜென்ட் பிங்கிக்கு வயது அதிகமாகிருச்சு என நிராகரித்த பிறகே ராதாக்காவுடன் அனுப்பி வைத்தார். தானும் அதே போல் ஒரு போட்டோ எடுத்து அனுப்பினால் அம்மா சந்தோசப்படுவார் எனப் பிங்கி நினைத்தாள்.

“சரி, உன் ஆசைப்படியே புதுத்துணி போட்டு, போட்டோவை எடுத்து அம்மாவுக்கு அனுப்பிருவோம், என்னடா கிருஷ்ணா... சரிதானே?”

கிருஷ்ணன் தலையாட்டிய வேகத்தைப் பார்த்துச் சிரித்த பிங்கி ஆசானிடம் கேட்டாள்

“நாளைக்கும் நான் ஊட்டட்டுமா?”

ஆசான் தலையாட்டவும் சிட்டாகப் பறந்தாள் பிங்கி.

மறுநாள் ஆசையாகப் பறந்து வந்த பிங்கிக்கு ஏமாற்றமே பதிலாகக் கிடைத்தது, கிருஷ்ணனை அதனிடத்தில் காணவில்லை.

யாரிடம் கேட்பது என்றும் பிங்கிக்குத் தெரியவில்லை, அந்த வீட்டிலிருப்பவர்களுக்கும், வேலையில் இருப்பவர்களுக்கும் கிருஷ்ணனின் பிரம்மாண்டத்தின் மீது பிரமிப்பு இருந்தாலும், அந்த பிரம்மாண்டத்தை நெருங்க ஒரு தயக்கமும், பயமும் இருந்தது. அதனால் யாரிடமும் கேட்பது பயனளிக்காது என்றே பிங்கி நினைத்தாள்.

அவளின் தவிப்பை நீண்ட நேரம் நீடிக்க விடாமல் நாசர் ஊருக்கு வெளியிலிருந்து வரும் பாதையில் வருவது தெரிந்து அவனை நோக்கி ஓடினாள்.

“கிருஷ்ணன் எங்க?”

அவள் மூச்சு வாங்குவதைக் கொஞ்ச நேரம் பார்த்துக் கொண்டிருந்த நாசர்

“ஊருக்கு வெளியே கட்டிப் போட்டிருக்கிறோம்.”

“ஏன்?”

“அதுக்கு மதநீர் வடிய ஆரம்பிச்சிருச்சு.”

“அப்படினா?”

“அதுக்கு மதம் பிடிக்க ஆரம்பிச்சிருச்சு...”

“அப்படினா?”

இதுக்கு எப்படி பதில் சொல்வது எனப் புரியாமல் வெட்கப்பட்டான்.

நாசர் பதில் சொல்லும் முன் பிங்கிக்குப் பின்னால் அந்தக் குரல் கேட்டது

“குட்டிப் பையனைப் பார்த்துக்காம இங்கென்ன பண்ற பிங்கி...”

கேட்ட குரலில் வஞ்சனை இருந்தாலும், குரலைக் கேட்டவுடன் பிங்கி முகத்தில் ஒரு சுளிப்பு ஓடியது. கேட்பது குட்டி முன்னாவின் மாமா என்பது திரும்பாமலேயே பிங்கி கண்டு கொண்டாள்.

கல்யாணத்துக்கு முன்னாடியே ஒத்தாசைக்கு வந்தேன் என அவன் செய்யும் கோணங்கித்தனம் பிங்கிக்குப் பிடிப்பதேயில்லை.

அதுவும் குட்டி முன்னாடி தூக்கி வைத்திருக்கும் நேரத்தில் பின்னாடி வந்து உரசி நிற்பதும், முன்னா கன்னத்தைக் கிள்ளியபடி கீழிறங்கும் கையும் அவளுக்குப் பிடிப்பதேயில்லை. இதெல்லாம் செய்யும் போதும் சிரிப்பைப் பொழிந்தபடியே இருக்கும் பால் வண்ண முகத்தையும் அவளுக்குப் பிடிப்பதேயில்லை.

பிங்கி பதில் பேசாமல் இருப்பதைக் கவனித்து நாசரைப் பார்த்து-

“எங்க வந்த?”

“சாப்பாடு வாங்க வந்தேன்.”

“சரி வா, நானே வண்டியில் கொண்டு போய் விடுறேன்...”

“இல்ல பரவாயில்லை, நான் நடந்தே போயிறேன்...”

“நாமெல்லாம் ஒரே வயசுக்காரங்க, தோஸ்த் மாதிரி... சங்கோஜப்படாத.”

நாசர் தயக்கத்துடன் வண்டியில் அமர்ந்தான், நாசர் கிளம்புவதைப் பார்த்த பிங்கி அவனிடம்,

“இடம் எங்கேனு சொல்லு, நான் வேணா அடுத்த வேளை சாப்பாட்டைக் கொண்டு வந்து தரேன், நீ மட்டும் எத்தனை தடவை நடப்ப...”

ஏதோ யோசித்த நாசர்,

“இல்லை வேணாம், இந்த மாதிரி நேரத்தில் புது ஆட்களைப் பார்த்தா கிருஷ்ணனுக்கு இன்னும் ஆவேசம் அதிகமாயிரும், ஆசான் என்னையே பக்கத்தில் போக வேணாம்னு சொல்லியிருக்கார்...”

பிங்கி பதில் சொல்லும் முன் வண்டியைக் கிளப்பிய முன்னாவின் மாமா வண்டியின் கண்ணாடியில் அவள் நிற்பதையே சிறிய புள்ளியாக மாறும் வரை பார்த்துக் கொண்டிருந்தான், பின் நிதானமாக நாசரைக் கேட்டான்,

"உன் மேல தனி கரிசனம் போலப் பிங்கிக்கு..."

நாசர் இதற்குப் பதில் சொன்னால் சரியாக இருக்குமா என யோசித்தான்.

"உனக்குச் சாப்பாடு கொடுத்ததுக்கு அப்புறம் ஏதாவது வேலையிருக்கா?? கல்யாணத்துக்குச் சரக்கு வாங்கற பொறுப்பை எங்கிட்டதான் கொடுத்திருக்காங்க, நீயும் கூட வந்த ஒத்தாசையா இருக்கும், அப்படியே உனக்கு வேணும்கிறதையும் வாங்கிக்கலாம்."

நாசர் தலையாட்டுவதைக் கண்ணாடி வழியே பார்த்தவனின் பால் வண்ண முகத்தில் சிரிப்பு மலர்ந்தது.

நாசர் போவதையே பார்த்துக்கொண்டிருந்த பிங்கி சோர்வுடன் வீட்டை நோக்கித் திரும்பினாள், வழக்கத்துக்கு மாறாகச் சோர்வுடன் நடந்து வரும் பிங்கியைப் பார்த்த ராதாக்கா என்னவெனக் கேட்க-

"கிருஷ்ணனுக்கு உடம்பு சரியில்லையாம், அப்ப நாளைக்குப் போட்டோ எடுக்க முடியாதாக்கா?" சொல்லிமுடிக்கும் முன்னே குரல் உடைந்தது.

"அடப் பைத்தியமே, இதுக்குப் போய் யாராவது அழுவாங்களா? அவ்வளவு செலவு பண்ணி பெரிய எஜமான் கூட்டிட்டு வந்திருக்கார், அப்படி சாதாரணமா விட்டுருவாரா, நீ வேணா பாரு நாளைக்கு ஜம்முனு கிருஷ்ணன் வரும், இப்படி அழுத மூஞ்சோட போட்டோ எடுத்தா அம்மாவுக்கு அனுப்புவ? சந்தோஷமா சிரிடி."

பிங்கி சிரித்தாள்.

அந்த நம்பிக்கையுடன்தான் ஒவ்வொரு முறையும் சிறு சத்தத்திற்குக் கூட கிருஷ்ணனின் வருகையை எதிர்பார்த்துப் பரபரப்படைந்தாள்.

வாசலில் கேட்ட பேண்டு சத்தம் மாப்பிள்ளை ஊர்வலம் நெருங்கிவிட்டதை உள்ளே இருந்தவர்களுக்கு அறிவித்தது, தத்தம் கதைகளை இதுவரை சலசலத்தபடியே இருந்த கூட்டம் தன் செய்கைகளை அப்படியே நிறுத்தி வாயிலை நோக்கி நடைபோட்டது.

பிங்கி புன்னகைத்தாள், இம்முறை கண்டிப்பா கிருஷ்ணன் வந்திருக்கும் என்று உறுதியாக நம்பினாள், தன் குட்டி உடலை கூட்டத்தினிடையே செலுத்தி முன்னேற்ற முயன்றாள், வேடிக்கை பார்க்கும் ஆர்வத்தில் முண்டியடிக்க முனைந்ததே தவிர மற்றவர்கள் முன்னேற வழிகொடுப்பதாகத் தெரியவில்லை, கூட்டத்திற்கென இருக்கும் பிரத்தியேக குணம் தனி நபர்களின் ஏக்கத்தைப் புரிந்துகொள்வதில்லை.

பிங்கி முன்வரிசைக்கு வந்தபோது பெரிய முதலாளி தன் கைகளைத் தூக்கியபடி நடனமாடிக் கொண்டிருந்தார், எப்போதும் சிடுசிடுப்புடன் இருக்கும் பெரிய முதலாளியம்மாள் கூட புன்னகையைத் தவழவிட்டபடி கைகளைத் தூக்கி தோள்பட்டையை ஆட்டிக் கொண்டிருந்தாள், அங்கிருந்த எல்லாரும் விசேஷம் கொடுக்கும் குதூகலத்தில் நிரம்பி வழிந்தோடியபடி இருந்தனர். குதிரையிலிருந்த மாப்பிள்ளையைச் சுற்றிச் சுற்றி ஒலித்த இசைக்குச் சம்பந்தமில்லாத வகையில் ஆடியபடி பணத்தை எறிந்தனர்.

பிங்கியின் கவனத்தில் இது எதுவும் இடம் பெறவில்லை, மாப்பிள்ளை உட்கார்ந்திருந்த குதிரையைப் பார்த்தபடியே இருந்தாள், கிருஷ்ணனின் இடத்தில் அதை அவளால் பொருத்திப் பார்க்கவே முடியவில்லை. துக்கத்தின் சூடு தாங்காமல் கூட்டத்தை விட்டு விலகி வந்தாள்.

நாசர் தனியே நின்றிருப்பது தெரிந்தது, அவனை நோக்கி ஓடினாள். பிங்கி வருவதைக் கவனிக்காமல் கூட்டத்தின் குதூகலத்தை ரசித்தபடியே இருந்தான், வீசி எறியப்படும் நோட்டின் மேல் அவன் கவனமிருந்தது...

“கிருஷ்ணன் எங்க?” என்றாள் மூச்சிரைத்தபடி....

வாத்தியத்தின் ஒலியை மீறி ஒலித்த அவளின் மூச்சிரைப்பின் ஒலியாலும், சூட்டாலும் கவனம் கலைந்த நாசர் அவளைப் பார்த்தபடி மெதுவாகச் சொன்னான்.

"இன்னும் உடம்பு சரியாகலை, அதனால கூட்டத்திற்கு வேணாம்னு ஆசான் சொல்லிட்டார்."

"நான் கிருஷ்ணனைப் பார்க்கணும்."

"அய்யய்யோ ஆசானுக்குத் தெரிஞ்சா திட்டுவார், யாரையும் பக்கத்திலேயே போகக் கூடாதுனு சொல்லியிருக்கார்."

"ஒரே ஒரு போட்டோ மட்டும் எடுத்துக்கறேன்..." பிங்கியின் குரல் கெஞ்சலுக்கும் அழுகைக்கும் இடையே இருந்தது.

அவளின் இந்தத் தோற்றம் நாசரை ஏதோ செய்தது.

"என்னா தோஸ்த்... எதுக்கு பிங்கியை அழ வச்சிட்டிருக்க?" என்றான் முன்னாவின் மாமா.

அவனின் வருகை இன்னும் வெறுப்பின் வெண்மையைப் பிங்கிக்கு ஊட்டியது...

"இல்ல கிருஷ்ணனைப் பார்க்கணுமாம், ஆசானுக்குத் தெரிஞ்சா திட்டுவார், அதைத்தான் சொல்லிட்டிருக்கேன்."

"சின்னப் பொண்ணு ஆசைப்படுறா... அவளை ஏமாத்தாதே" என்று நாசரைப் பார்த்துக் கண்ணடித்துச் சிரித்தான் முன்னாவின் மாமா.

"சரி இப்ப நான் முன்னாடி போறேன் பிங்கி, கொஞ்ச நேரம் கழிச்சி நீ வா... யார்கிட்டயும் சொல்லாத... அப்புறம் அவங்களும் கிளம்பி வந்திட்டா பிரச்சனை ஆகிரும், ஆசான் என்னைத் தான் திட்டுவார்."

நாசர் போன பாதையைக் கவனித்தபடியே இருந்த பிங்கி, கொஞ்ச நேரம் கழித்து அதே வழியில் நடந்தாள்.

"நீயே இருட்டில் போயிருவியா இல்லை நான் வண்டியில் கொண்டு வந்து விடட்டுமா?" என்றான் முன்னாவின் மாமா.

"இல்லை நானே போயிருவேன்" சொல்லிவிட்டு தன்

வழக்கமான துள்ளல் நடையுடன் நடக்க ஆரம்பித்தாள், ‘அவ்வளவு ஒண்ணும் மோசமானவன் இல்ல’ என மனதிற்குள் நினைத்துக் கொண்டாள்.

அவள் போவதையே பார்த்துக் கொண்டிருந்த முன்னாவின் மாமா தனக்குப் பிடித்த பாட்டை விசிலடித்தபடி வண்டி சாவியைக் கையில் சுற்றியபடி நடந்தான்.

நீண்ட நேரமாக பிங்கியைக் காணாததால் தேடியபடியே இருந்த ராதாக்கா, திடீரென முன்வாசலில் எழுந்த சலசலப்பில் எட்டிப் பார்த்தாள்.

கிருஷ்ணன் பிங்கியைத் தும்பிக்கையால் தன் தலைக்கு மேல் தூக்கி வைத்திருந்தது. அவள் நீவி விட்டபடியே இருந்த புதுத்துணி மட்டும் காணாமல் போயிருந்தது.

கிருஷ்ணனின் கண்ணிலிருந்து ஒழுகிய நீரை வெறித்துப் பார்த்தபடி நின்றாள் ராதா.

★★★

இராஜேஷ் ஜெயப்பிரகாஷம்

தற்போது வசிப்பது கோவை. சேலத்தில் பிறந்து, வளர்ந்து, தற்போது பணி நிமித்தமாக வசிப்பது கோவையில். சிறுகதைகள், புனைவுகள் எழுதுவதில் ஆரம்பக்கட்ட முயற்சியில் இருக்கிறேன். ‘களம்’, ‘எழுதக் கூடாத கதைகள்’ என்ற இரு நூல்கள் அமேசான் கிண்டிலில் வெளியாகி இருக்கின்றன. மின்னஞ்சல்: raajjp@yahoo.co.uk.

வேலம்மா

செல்வகுமார் பேச்சிமுத்து

வேலம்மா மவ ராஜபாளையத்துல சடங்காயி ஏழுநாள் ஆவுதாம். அதான் சுடலை, பேத்தியா சடங்குக்கு ரெண்டு நாளைக்கு முன்னாடியே சொல்ல வந்துட்டான். மேல முக்குக்கு ரெண்டு வேன் வரச்சொல்லி இருக்கானாம். ஏம்னா ஆளுக நெறய வருதாம். அவன் பங்சன் வீட்டுக்காரன்ங்கதால அவன கையில புடிக்க முடியலன்னு வடக்குத்தெரு நல்லையாவும் நடுத்தெரு அருள் ஜேம்சும் மேல முக்கு புளியமரத்து அடியிலே கூடியிருந்த கூட்டத்துல பேசிக்கிட்டு இருந்தாங்க.

அப்போ நல்லையா கேட்டாரு ரெண்டு வேனு வருதுன்னா, சீர் சீராட்டு சிறப்பா செய்யணும்னா, அவரு கையில பணம் ரொம்ப விளையாடுதோன்னு சொல்ல, அதுக்கு அப்டி இல்ல நல்லையா அண்ணே, அவர் ஏகப்பட்ட

இடத்துல மூணு பைசா வட்டிக்குக் கொடுத்து இருந்தாருல அதை எல்லாத்தையும், பேத்தி வயசுக்கு வந்துட்டான்னு தெரிஞ்சதும் உடனே போய் வாங்கிட்யாருல்லா? கிட்டத்தட்ட கையில மூணு லட்ச ரூபாய் இருந்துச்சாம். புள்ளைக்கு சீர் சீராட்டு நல்லா செழிப்பா செய்யப் போறேன்னு சொன்னாரு, நேத்தே போயி *2* லட்ச ரூபாய்க்கு நகை எடுத்துட்டு வந்துருக்காரு. எங்ககிட்ட நகைய கொண்டு வந்து காட்டுனாரு. ஒரு நெக்லஸ், ஒரு ஒத்த செயினு, இரண்டு மோதிரம், ஒரு சோடி கம்மலு, ஒரு சோடி கொலுசாம். நாளைக்குப் போகும்போது செங்கோட்டை நாடார் கடையில எல்லா பொருளும் பித்தளயிலயே எடுத்துட்டு போகவாம். அப்போ நாளைக்குத் திருவிழாதான் நடக்கப் போகுதுன்னு நல்லையாவும் அருள் ஜேம்சும் பேசிக்கிட்டாங்க.

மறுநாள் சனிக்கிழமை விடிய சுடலையும் அவன் பொண்டாட்டியும் வீடு வீடா *5* மணியிலிருந்தே ஊரடைக்க இருக்கிற சொந்த பந்தங்களுக்குச் சொல்லப்போனாக. சொல்லி முடிச்சுட்டு வீட்டு தொழுவுல கிடந்த மாட்ட அம்புட்டயும் கீழத்தெரட்டு தோப்பு முதலாளி சந்தானம் கிட்ட பார்த்துக்க சொல்லிட்டு புருஷன் பொண்டாட்டி ரெண்டு பேரும் வீட்டுக்குப் பக்கத்துல இருக்க கெணத்துல குளிச்சுட்டுட்டு வந்து சுடலையும் தெய்வானையும், புது வேட்டி சட்ட, புது பட்டுச்சேல உடுத்தி வீட்டுல வச்சே ஊர் தெய்வமா இருக்க சப்பாணி மாடனுக்கு சூடம் பொருத்தி, "ஐயா சப்பாணிமாடா இன்னைக்குப் போற காரியம் நல்லபடியா முடியணும்பான்னு, வேண்டிக்கிட்டு கிளம்பிட்டாக.

தெய்வானை நேரா சுடலையோட அண்ணன் மகன் மருமக பேச்சி மாரிகிட்ட வந்து, ஏப்பா வந்துரு! நீங்கதான் வந்து முன்ன நிக்கணும்னு சொல்லிட்டு போறாகா. ஆனா மாரிக்கி இத கேட்டாலோ, இத நினைச்சாலோ ரொம்ப எரிச்சலா இருக்கு. மாரி அவளோட புருஷன் பேச்சிக்கிட்ட, ஏய்யா கட்டாயம் இந்தச் சடங்குக்குப் போகணுமான்னு கேட்காள். அதுக்குப் பேச்சி போயிட்டு வருவோம், என்ன நடக்குன்னு பார்ப்போம்ன்னு சொல்லுதான். உடனே அவங்க ரெண்டு பேரும் கிளம்ப முடிவெடுத்து குளிச்சிட்டு கிளம்புதாக. மேல

முக்குல வேனு வந்தாச்சு! புளியமரத்து கிட்ட ஒரு ஏழு மணி இருக்கும், ஒவ்வொரு ஆளா வர ஆரம்பிச்சாச்சி!

ஒரு எட்டு மணியப்போல ஊர் பெரிய மனுசங்க, ஊர் நாட்டாமைமாருக, ஊருல உடல் சோந்து நடக்கத் தெம்பு இல்லாத கிழடு கெட்டைக எல்லாரும் வந்தாச்சி. ஒரு வேனு முழுக்க ஆம்பள ஆளு, ஒரு முரட்டு கருங்கெடா, இரண்டாவது வேனு முழுக்க பொம்பளைக, சுடலையோட பேத்தி கூட உள்ளூருல அஞ்சாவது வரை படிச்ச புள்ளைகனு ரெண்டு வேனும் ஜெகஜோதியா கிளம்பப் போகுது. அதுல ஒரு பெரிய மனுசன் சொன்னாரு, எல்லாம் சரி சாமி கும்பிட்டயான்னு சுடலை கிட்ட கேட்டாரு, அதுக்கு சுடல அவரு இன்னா பாரு என் நெத்தியில பட்டய, வீட்லருந்து கிளம்பும்போதே, சப்பாணி மாடா நீயே துணைனு திருநாறு பூசிக்கிட்டே வந்துட்டேன்னு சொன்னாரு! உடனே அந்தப் பெருசு திரும்பவும் கேட்டுச்சு, ரெண்டு வேனுக்கும் வேப்பங்கொால முன்னால சொருவுனியான்னு கேட்டாரு. அதை மறந்துட்டே பாரு, “இதுக்குத்தான் நாலு பெரிய மனுசே வேணுமுன்னு சொல்லுதது”.

சுடல, மொட்டையன் பேரன் சுதீசை வேப்பங்கொலை பிடுங்கி வரச் சொல்லுதாரு. உடனே அந்தச் சின்னப்பயல் பிள்ளையார் கோயிலுக்குப் பின்னாடி குளத்துக்கு ஓரத்துல இருக்க அந்தச் சின்ன வேப்ப மரத்துல போய் நாலு இணுக்கு வேப்பங்கொலைய புடுங்கிட்டு வந்து இரண்டு வேனு முன்னாடியும் சொருகி வச்சான். வண்டி பரவை முனியம்மா கருப்பசாமி பாட்டோடட நகர ஆரம்பிச்சது. எல்லாரும் தெற்கு மேட்டிலிருந்து ராஜபாளையம் வரைக்கும் புதுசா ஊர் வழி போகுறோமுன்னு ஒரு பயங்கர சந்தோசத்துல இருக்காக. வண்டி புளியரய தாண்டவும் ஏய் என்னப்பா ஒரே சாமி பாட்டா போட்டுக்கிட்டு இருக்க, வண்டி கிளம்பி பத்து நிமிஷம் ஆகப்போவுது, நல்ல இளையராசா பாட்டா போடலாம்லனு ஒரு சத்தம் கேட்டுச்சி. ஒரு பெருசு கேக்குறாரு அது யாரு இளையராசா பாட்டுப் போடச் சொன்னதுன்னு. அதுக்கு இன்னொரு ஆளு, அவன்தான் பேச்சி மவன் சரவணன்.

இன்னொரு ஆள் அதுக்குச் சொல்லுது அவன் ஆரியங்காவுக்குப் போயி காடு தெளிக்க போனாலும் இளையராசா பாட்டுதான் கேப்பான். கேரளாவுக்கு வேலைக்கிப் போய் அங்க உள்ள கண்டாக்கு வந்தாலும் பயப்பட மாட்டான். கண்டாக்கு வந்தாலும் எதுவுமே தெரியாத மாதிரி சவுண்ட கூட்டி வச்சி இடும்பு பண்ணுவான். சரி சரி அவன் கேட்க பாட்ட போடுங்க அப்பதான் அவன்கிட்ட பெரிய பித்தளை கொப்பரையை செமக்க விடலாம்னு சொல்லுதாரு ஒருத்தரு. அதுக்கு அவன், “எத்தனை கொப்பரைனாலும் சொமக்குறேன், ஆனால் சடங்கு வீட்டிலேயும் இளையராசா பாட்டுதான் போடணும் சரியா”ன்னு கேக்குறா. அதுக்கென்ன நீ கேக்க பாட்டையே டிரைவர் கிட்ட போடச் சொல்லிடுவோம்னு சுடலை டிரைவர் கிட்ட கேக்க, உடனே பஞ்சுமிட்டாய் சேலை கட்டினு குஸ்பூ நடிச்ச எட்டுப்பட்டி ராசா படத்துலருந்து பாட்டு ஓடுது. பாட்டு கேட்ட பேச்சி மகன் சரவணன் சொல்லுதான், ஆயிரம் இருந்தாலும் இந்த ஜானகி அம்மா குரல அடிக்க இன்னொரு பொம்பளை பொறந்துதான் வரணும்னு. அதே மாதிரிதான் இந்த மலேசியா வாசுதேவனும். இரண்டு பேரும் ஜோடி போட்டு பாட்டு படிச்சாங்கனு வச்சுக்கிருவமே அது வேற மாதிரி இருக்கும்னு சொல்லுதா. இத பின்னாடி வரிசையில் உட்கார்ந்துட்டு வர பேச்சி கேட்டுக் கேட்டு சிரிக்காரு. ஒன்பதாம் கிளாஸ்ல படிக்காம ஓடி வந்துட்டான்னு வேலைக்குக் கூட்டிட்டு போனா, அவன் அங்க போய் இளையராசா ஜானகின்னு பாட்டு கேட்டு சுத்திக்கிட்டு திரியுதான். இந்தப் பாட்டு கேக்குற ஆர்வம் மட்டும் படிப்புல இருந்தா ஒன்பதாம் கிளாஸ்ல *500*க்கு *30* மார்க் எடுத்து என் மானத்தை வாங்கி இருப்பானான்னு யோசிச்சுக்கிட்டே சிரிக்காரு. உடனே ஒரு பெருசு கூட்டத்தில் இருந்துகிட்டு சொல்லுது, எல்லாம் பேசுரியலே அதுல நடிச்ச குஷ்புவை பத்தியும் ஊர்வசிய பத்தியும் ஏன் பேச மாட்டேங்கறயன்னு கேட்கிறார். அதுக்கு இன்னொரு பெருசு இன்னைக்கு காலையில கூட என் வீட்டு டிவில அந்தப் பாட்ட பார்த்தேன். என்னம்மா நடிச்சிருக்காளுக அந்த குஷ்புவும் ஊர்வசியும் ரெண்டு பேருமே நல்ல சாப்பிடுவாளுக போலருக்கு, நல்ல

தளதளனு இருக்காளுகன்னு சொன்னவுடனே, எபினேசர் மவன் சுரேந்திரன் சொல்லுறான், உம்ம வயசுக்கு குஸ்பூ ஊர்வசி கேக்குதோ, வாயில வாழைக்குலைய வச்சுத் திணிச்சு விட்டுருவேன்னு சொல்லுதான். சிரிப்பு மயமாகிப் போகுது வண்டி.

15 கிலோ மீட்டர் தாண்டி செங்கோட்டை கிட்ட நெருங்கிருச்சி வேனு. உடனே பேச்சி மகன் சரவணன் கேட்டான், ஏ தாத்தா பழக்கொலை, பட்டு சேலைன்னு எல்லாப் பொருளும் வாங்கணும்லான்னா. உடனே அதுக்கு சுடலை, ஏய் பேச்சி நீ பின்னே வர வேனுல இருக்கிற உன் பொண்டாட்டி மாரியயும் உங்க சித்தி தெய்வானையும் கூட்டிக்கிட்டு கீழே இறங்கு. எல்லா பொருளையும் வாங்கிட்டு வருவோம்னு சொன்னான். பேச்சி உடனே சரிப்பான்னு சொல்லிட்டு மேல செங்கோட்டை நாடார் கடையில் வண்டிய நிக்க சொன்னாக. வண்டி செங்கோட்டை வாஞ்சிநாதன் சிலையில இருந்து நேரா மேல நாடார் கடைக்கு போகுது. வேனு அங்க போய் ஒரு ஒன்றரை மணி நேரத்துல, நாடார் கடையில போயி பண்ட பாத்திரம் சீர்வரிசைன்னு சொல்லி 35 ஆயிரத்துக்கு, கிட்டத்தட்ட ரெண்டு கொப்பரை, ரெண்டு குத்து சட்டி, ரெண்டு செம்பு, ரெண்டு நெய்தவளை பானை, ரெண்டு தட்டு, ரெண்டு உருளி பானை, ரெண்டு இட்லிக் கொப்பரை, ரெண்டு கும்பா, ரெண்டு கூஜா, ஒரு பெரிய குத்துவிளக்கு, கடைசியாக ஒரு அலசலும், ஒரு உட்காருத முக்காலிய தவிர எல்லாத்தையும் பித்தளையிலேயே வாங்கிவந்துட்டு வேனில் இருந்த எல்லாரையும் மெச்சும்படியாக பார்க்க வச்சுட்டான் சுடலை. அடுத்து ஒரு மணி நேரத்தில நேர பாம்பே ஸ்டோர் போய் பட்டுப் புடவை, சபையில வைக்கிறதுக்கு வெத்தலை பாக்கு ஒரு தட்டு,

சாக்கிலேட் ஒரு தட்டு, கல்கண்டு ஒரு தட்டு, பேரீச்சம்பழம் ஒரு தட்டு, ஒரு பெரிய தாம்பூலத் தட்டுல அன்னாசிப் பழத்துல இருந்து ஆப்பிள், முந்திரி, மாதுளை, திராட்சைப் பழ வகைகள் எல்லாம், அடுத்து பொன்னுக்கு மாலை, துணை மாலைன்னு, பொம்பள வேன் நெறையும்படியா ஒரு கலக்கு கலக்கிட்டான் சுடலை.

பேச்சி கூட தாய்மாமன் சீருக்கு ஒரு தாம்பூலத் தட்டில் பழவகை, ஒரு தாம்பூலத் தட்டில் பவுடர், சீப்பு, கண்ணாடி, நகப்பூச்சு, கொண்டை ஊசி, ஃபேரன் லவ்லி, மல்லிகைப் பூச்செண்டு பாட்டில், அப்புறமாக ஒரு பெரிய குத்துவிளக்கு, மாமன் சீர் செய்யவேணும்னு சொல்லி பேச்சி, மாரி அவ மகன் சரவணன் மூணு பேரும் போயி செவ்வாழைக் கொலையில 3 கொலை, நல்ல ஒரு ஆளு இடுப்பு உயரத்துக்குத் தூக்கிட்டு வந்தாக. வாழக்கொலய பாத்துட்டு வேன்ல இருந்த ஒரு பொம்பள, இதுல ஒரு பழம் தின்னா சோறுகூட திங்க வேண்டாம். போலயேன்னு கண்ணு வச்சா! மாரி அதப் பாத்து சிரிச்சா! அங்க போயி சடங்கு முடிஞ்சதும் நீங்களே அதை பிச்சு நாலு பழத்தைத் தின்னுட்டு அப்பறமா ஊர்ல இருக்க எல்லாத்துக்கும் பிச்சுக் கொடுங்கன்னு சொல்லவும், வேனுக்குள் இருந்த பொம்பளைக எல்லாருமே ஒரேயடியா சிரிச்சாக! பழத்தப் பத்தி பேசுன பொம்பளைக்கு மூஞ்சில அடிச்சாப்புல ஆயிடுச்சு. எல்லாரும் இறங்குங்கன்னு சொல்லி, வேன ஒரு பெரிய டீக்கடைகிட்ட நிப்பாட்டி எல்லாருக்குமே வடையும் சாயாவும் வாங்கிக் கொடுத்தான் சுடலை. சாயா குடிச்சிட்டு இருக்கும்போதே ஜேம்ஸ் கேட்டாரு, ஏன்மாமா பிள்ளைக்கு சிறப்பா செய்யுதீக போல அப்படின்னாரு, அதுக்கு சுடலை எனக்கு இருக்கிறது ஒரே பேத்தி, அதுவும் தாயில்லாப் புள்ள. என் மகா மட்டும் உயிரோட இருந்திருந்தான்னா, என்ன ஆனாலும் ஊர் மெச்ச என் மகளுக்கு செய்யின்னுதான என்மவா வேலம்மா கேட்டிருப்பா. பாதகத்தி நான் எங்கெல்லாமோ வைத்தியம் பாத்தேன். வயித்து வலி தாங்காமல் வீட்ல யாரும் இல்லாத நேரத்துல மாமரத்துக்கு அடிக்க வச்சிருந்த பூச்சி மருந்த குடிச்சிட்டா. அவ மட்டும் இன்னைக்கி சாகாம இருந்திருந்தான்னா, நம்மள எதிர்பாத்து கண்ணுல இருக்க எம மூடாம காத்துக்கிட்டு இருந்துருப்பா. என் மவா எப்போ செத்தாலோ அன்னைக்கு வெறுத்தே அந்த ராஜபாளையத்து ஊரன்னு சொல்லிக் கண்கலங்கி அழுதான் சுடல. அதுக்கு ஜேம்ஸ், மாமா அதை விடுங்க அதுக்குப் போயி கண்கலங்கி அழுவுறீக, நல்ல காரியத்துக்குப் போறோம் இப்டி அழலாமான்னு தைரியம் சொல்றாரு ஜேம்ஸ்!

வேலம்மா சாவும்போது நான் வெளிநாட்டுல இருந்தே மாமா. எனக்கு விஷயம் தெரிஞ்சு ரொம்ப சங்கட்டமா போச்சு. எனக்கு அதைக் கேட்டு என் கொலையே கையில இல்ல. எல்லோரும் டீ குடிச்சிட்டு தென்காசியில டிரம்செட் மேளம் அடிக்கிற பசங்கள ஏத்திக்கிட்டு, நெருக்கடியோட ஒரு வழியா ராஜபாளையம் போய் சேந்தாச்சி. அங்க இறங்கின உடனே சுடலை எல்லாத்தையும் பத்திரமாக இறங்கச் சொல்லி, சீர் வரிசைய வரிசையாகக் கொண்டுவந்து வைக்கச் சொல்லி, சுடல கையில நகைநட்டு பாத்திரமும், தெய்வானை கையில குத்துவிளக்கும், பேச்சி கையில கருங்கிடாயும், மாரி கையில சேலை, மேக்கப் செட்டும், மீதி இருக்கிற சொந்தபந்த பொம்பளைங்ககிட்ட மத்த தாம்பூலத்தட்டும், பாத்திரங்களும் ஒவ்வொண்ணா கொடுத்து, ஊரே பாத்து மெச்சிப் போறபடி ராஜபாளையத்துல இருக்கிற அந்தப் பட்டிக்காட்டு ஊரயே கலக்கிட்டாங்க. அந்த ஊருல இருக்கிற எல்லா பொம்பளையும் ஆம்பளையும், என்னடா இப்படி ஒரு சீரு இந்த ஊருக்குள்ள வந்ததே இல்லயேன்னு எல்லோரும் பெருமையாப்பேசி கண் மூடாம பார்த்துக்கிட்டு இருக்காங்க. டிரம்ஸ் மேளம் எல்லாரு காதும் கிழியும்படியா அடிக்கிறாங்க. ரேடியா செட்டுல "தாய்மாமன் சீர் சொமந்து வாராண்டி" பாட்டைப் போட்டு வரவேற்பு கொடுக்காங்க. யாரெல்லாம் சீர்வரிசை வச்சிருக்காங்களோ எல்லாருக்குமே கழுத்துல ஒரு மாலையப் போட்டு கூட்டிட்டு போறான் வேலம்மா புருஷன்.

நல்லநேரம் ஆரம்பிச்சதும் வேலம்மா மகளுக்கு சடங்கும் கொஞ்சம் கொஞ்சமா ஆரம்பிச்சது. ரோட்டுல வச்சு மஞ்சதண்ணி ஊத்தி மாமன் கொண்டுவந்த சேலைய போத்தி கூட்டிகிட்டு போறாக. அடுத்து உடனே வீட்டுக்குள்ள கூட்டிக்கிட்டு போயி, புது சேலை உடுத்தி, மால, சடயம் எல்லாம் வச்சி, பூவால அலங்காரம் பண்ணி வெளியே மேடையில ஊர்க்காரங்க முன்னாடி அந்தப் புள்ளைய ஊர வணங்கச் சொல்லுறாங்க. என்ன நடக்குதுன்னு தெரியாமலே ஊர் ஆம்பளைங்க முன்னாடி விழுந்து வணங்கி எழுந்து போனா வேலம்மா மவா. உடனே எல்லோரும் பார்த்துட்டு, பொண்ணு

நல்ல மொக லட்சணமா இருக்கான்னு பேசிக்கிட்டாங்க. முதல்ல ஊர்க்காரங்க திருநாறு பூச, அடுத்து ஊர்ல இருக்கிற வயசானவங்க எல்லாரும் திருநாறு பூசிட்டு, கடைசியில சுடலயயும் பேச்சியயும் மாரியயும் திருநாறு பூசச் சொல்றாங்க, மாரி போறதுக்குத் தயங்குறா. பேச்சி, வாட்டி மாரின்னு முன்னே கூட்டிக்கிட்டு போயி காலில் விழுந்த புள்ளைய தூக்கி அதுக்கு திருநாறு பூசி, துட்ட கையில கொடுக்கிறாக. அடுத்து ஊர்க்காரங்க எதிர்பார்த்து இருக்க சுடல சப முன்னாடி தன் பொண்டாட்டி தெய்வானையோட சேந்து, கொண்டுவந்த நகையைப் போட்டு, ஓ...ன்னு மேடையில் கண் கலங்கி அழுதான். இதைப் பார்த்துக்கிட்டே இருந்த மாரிக்கு எரிச்சலா இருக்கு.

மாரி மனசுல ஏதோ ஒண்ணு ஓடுது, இந்த நல்ல நேரத்துல கூட சுடல இவ்வளவு நகையும் சீதனமும் கொண்டுவந்தாலும், மாரிக்கு அங்க நடக்க நடவடிக்க எதுவும் புடிக்கல. ஏதோ ஒண்ணு நடந்தா சரின்னு நெனச்சுக்கிட்டா, விசேசம் முடிஞ்சதும் சாப்பிட்டுட்டு, ஊரு எல்லாம் சுத்திப் பார்த்துட்டு, எல்லாரும் சாயங்காலம் நாலு மணிக்குக் கிளம்பிட்டாங்க. பெறவு அன்னைக்கி ராத்திரி முழுக்க இதேதான் பேச்சு. சடங்கு நடந்து முடிஞ்ச அப்புறமா, ஒரு வாரத்துக்கு ஊரே ஒரே சுடலை பேச்சுதான். சுடலை அவன் பேத்திக்கு போடு போடுன்னு போட்டுட்டானாமுலா, அவன் கொண்டு போன சீரப்பாத்து அந்த ஊரே வாய பொளந்திருச்சாமுலா. சாயாக்கட, மேலமுக்கு, கோயில் மரத்தடினு எல்லா பக்கமும் ஊரே இதான் பேச்சு. ஆனா இங்க சுடலையோட அண்ணன் மருமவ மாரிக்கு ஒரு வாரமா நல்ல நிம்மதியே இல்ல, சுடல ரோட்டுல போகும் போதும், வரும் போதும், மனசுக்குள்ள கரிச்சுக் கொட்டிக்கிட்டே இருக்கா. “இந்தப் பயலுக்கு ஒரு சாவு வரமாட்டேங்குது”ன்னு பேசுதா. துட்டு வச்சிருக்கானாம் பேதியில போறவன். ரோட்டுக்கு போகும்போது எந்த லாரிக்காரனாவது அடிச்சுபோட்டு இந்தப் பய செத்துப்போயிட்டான்னா ரொம்ப நல்லா இருக்குமேன்னு வாய்க்குள்ள முனங்கிக்கிட்டே இருக்கா.

ஏன்னா செத்துப்போன வேலம்மா மாரிக்கி சொந்த நாத்தனா. மாரிக்கு வேலம்மா சாவுல இருந்தே நிம்மதி இல்ல. வேலம்மாவுக்கு முன்னாடி சுடலைக்கி ஒரு பொம்பளப் பிள்ள பிறந்து 10 வயசுலயே இறந்து போச்சு. சுடலக்கி மொத்தம் மூணு பொண்டாட்டி. முதல்ல ஊருக்குள்ள இருந்த முத்துன்னு ஒரு அப்புராணிய கல்யாணம் பண்ணி கொடுமைப்படுத்தியே கொன்னுட்டான்.

அம்ம போட்டு இருந்த முத்து உடம்பு நோக்காடு உள்ளவனு கூட பாக்காம, ராத்திரி குடிச்சிட்டு அடிச்ச அடியில காலையில செத்தே போனா முத்து. இவன் அடிச்சதால தான் அவ செத்துப் போனான்னு யாருக்குமே தெரியாது. முத்து கூட பிறந்தவளுக்கு மட்டும்தான் தெரியும். ஏன்னா முத்து அவ தங்கச்சி வள்ளி கிட்ட செத்த இரண்டாவது நாளே கனவுல போயி சொல்லிட்டாலாம். ஆனா அவங்க ரொம்ப ஒண்ணும் பிரச்சனை பண்ணல. அடுத்த மூணாவது மாசத்திலயே தென்காசியில போய் ஒருத்திய கல்யாணம் பண்ணிக் கொண்டு வந்து சேத்துட்டான். புது பொண்டாட்டிக்கி ஏற்கனவே ஒரு காக்கா வலிப்பு உண்டு. இவன் அவளையும் சும்மா விட்டபாடில்ல. குடிச்சுட்டு தினமும் அடி. சுகர்முட்டி சாராயத்தைக் குடிச்சிட்டு வந்துட்டு அவளுக்கு அடி உதை மிதி தான். இவன் தொல்லை தாங்காம பத்தாவது மாசத்திலயே தென்காசிக்குப் போயிட்டா. கடைசியில இவா போயி ஒரு வாரத்துல ஆத்துல குளிக்கும்போது காக்காவலிப்பு வந்து செத்துப்போயிட்டா. அவ செத்த அன்னைக்கி குடிச்சிட்டு கொஞ்சம் கூட வருத்தமே இல்லாம, அழுவைய போட்டு நல்லவன் மாதிரி நடிச்சி மொட்டையும் போட்டுக்கிட்டான் வெட்கமே இல்லாம. அதுக்கு அப்புறம் மூணாவதா வந்தவதான் இந்த தெய்வானை. இவனுக்கு ஏற்கனவே கல்யாணம் ஆகி இருந்ததையோ, அந்த ரெண்டு பேரும் செத்ததையோ சொல்லாம பக்கத்து ஊருல பொண்ணு கட்டுனா தெரிஞ்சுரும்னு ராஜபாளையம் போய் பொண்ணு கெட்டிட்டு வந்துட்டான் சுடல. மூணாவதா வந்த தெய்வானை இவனுக்கு மேல கெட்ட எண்ணம் புடிச்சவ. கேடு கெடுதலைக்கும் பேரு போனவ.

சொந்த ஊருலயே சின்ன வயசிலிருந்து நூத்தம்பது பன்னியும், நூறு எருமைமாடும் மேச்சு காலம் கழிச்சவ. அவளுக்கு இந்தப் பன்னி பயல மேய்க்கிறது என்ன பெரிய விஷயமா என்ன? மாடு மேய்க்கிற அழகப்பாத்து தெய்வானை தெய்வானைன்னு சுத்திச் சுத்தி வந்தான் சுடலை.

ஏதோ ஒரு வழியா நமக்கு ஏற்கனவே ரெண்டு பொண்டாட்டி கட்டி, ரெண்டு பேரும் செத்துப் போனாளுக. இவகிட்ட சண்டை சச்சரவு பண்ணாலும் நம்ம கதை ஒண்ணும் செல்லுபடி ஆகாது. இவ நமக்கு மேல வெவகாரம் புடிச்சவளா இருக்கா. இவ செத்தாலும் இந்த இடத்தை விட்டு போகமாட்டா. நம்மள அடிச்சாலும் அடிச்சுப் போட்டுருவா. இந்தக் காட்டுப்பய மவள நம்ப முடியாதுன்னு தெரிஞ்சுக்கிட்டான். சுடலை அவகிட்ட சேட்ட எதயும் காட்டிகிடல. இவ போனாலும் அடுத்து ஒரு பொண்ண நாம கட்டிக்க முடியாதுன்னு தெரிஞ்சு போச்சு சுடலைக்கி. மூணாவது பொண்டாட்டிக்கு ரெண்டாவதா பிறந்தவதான் வேலம்மா. மூத்தவ கண்ணம்மா செத்துப் போனதும் ஆசை ஆசையாய்ப் பெத்த புள்ள வேலம்மா. வேலம்மா அந்தக் குடும்பத்துல பிறக்க வேண்டியவ கிடையாது. அவ அழகோ அழகு அம்புட்டு அழகு. சின்ன வயசுல இருந்தே அவகிட்ட ஒரு வகையான சுத்தம் இருக்கும். நாள் ஆக ஆக வேலம்மா வளரவளர சுடலைக்கும் தெய்வானைக்கும் பிறந்த பிள்ளை மாதிரி இருக்க மாட்டா. ஏன்னா வள்ளியம்மா பன்னி மேய்க்கத் தொடங்குன காலத்துலருந்தே வாரத்துக்கு ஒருமுறைதான் குளிப்பு தேப்பு எல்லாமே. அவகிட்ட எப்பவுமே வேப்பு தண்ணி நாத்தம் அடிக்கும். சுடலை தெய்வானைக்கி மேல, அவன் பத்து நாளைக்கு ஒருமுறைதான் குளிக்கவே செய்வான். சோறு பொங்கி குழம்பு வைக்கும்போது தெய்வான சுத்தத்தைப் பாத்துட்டாலும் ரொம்ப மோசம். காய்கறியை ஒரு முறை கூட கழுவமாட்டா. பருப்ப ஒழுங்கா ரெண்டு மொற கூட சுத்தம் பண்ண மாட்டா. சுத்தம்ன்னா எந்தக் கடையில் விக்கிதுண்ணு கேப்பாக ரெண்டு பேருமே. ஆனா வேலம்மா அப்படி இல்ல. அவளுக்கு விவரம் தெரிஞ்ச நாள் முதலே வீட்டு பக்கத்துல இருக்கிற கிணத்துல தினமும் 2

முறை குளிச்சி சுத்தமா இருப்பா. தலையில நல்லா கைநிறைய எண்ணெய் தேச்சி தலையைச் சீவி பொட்டு வச்சி ரொம்ப டீசண்டாதான் இருப்பா.

வேலம்மா வளர வளர சப்பாணி மாடன் கோயில்ல, சாமி ஆடும்போது தூக்கி ஆடுத வல்லயகம்பு மாதிரி வாட்டசாட்டமாக இருந்தா. அவ வயசுக்கு வந்த அப்புறம், ஏகப்பட்ட கனவுகளோட வளர்ந்தா. யாரு வீட்டுல கல்யாணம் நடந்தாலும், ஊருல உள்ள ஆம்பளைக்கு கல்யாணம் பண்ணா கூட மொத ஆளா பொண்ணு கூப்பிட அசலூருக்குக் கிளம்பிவிடுவா. தெக்குமேட்டுலருந்து அசலூருக்கு பொண்ணு போச்சுன்னா, பொண்ணு கூப்பிட மாப்பிள்ளை வீட்டுலருந்து வரும்போது பொண்ணுக்கு தோழியா போய்டுவா. இவ இருந்தாலே அந்த இடம் எப்பவும் கலகலப்பா இருக்கும். எல்லா பெரிய பொம்பளை, வயசான ஆம்பளை, மச்சான் மொற உள்ள ஆம்பளைன்னு எல்லாருகிட்டயும் கிண்டல் பண்ணி பேசி, இருக்க இடத்தை சிரிக்க வச்சிருவா. ஆனா யாராச்சும் அவகிட்ட ஏதாவது தப்பு தண்டாவா விளையாட்டுக்குப் பேசினாலும் கூட, அவன் எந்த முறைன்னும் பாக்கமாட்டா. எல்லோரு முன்னாடியும அசிங்கமா கேட்டுருவா. அதனாலேயே இவகிட்ட எடக்கு மடக்கா பேசணும்னு நினைச்சவங்க எல்லோரும் பயந்தே போனாங்க. அவகிட்ட எவனும் வாலாட்ட மாட்டான். ஏன்னா ரெண்டு மூணு பேர எட்டிப்பிடிச்சி, சட்டையை கிழிச்சி ஊரு முன்னால கேவலப்படுத்தி விட்டுட்டா. இவளோட வாய்க்கு ஊரே பயந்து போய்தான் கிடந்துச்சு. ஆனால் எல்லோருக்கும் பிடிக்கும் இவள. ஏன்னா இவ ஒழுக்கத்தைப் பார்த்து மெச்சாதவுக இல்லை எந்தப் பொம்பளையும். அதே மாதிரி வேலம்மாளுக்கும் நிறைய கனவு இருந்துச்சு. நம்ம இருக்க அழகுக்கு எவனாவது படிச்ச கவர்மெண்ட் ஆபீஸ்ல வேலை பார்க்கிற யாராச்சும் வருவாங்கன்னு நெனச்சா. நமக்கு நல்ல படிச்ச அழகா இருக்கிற ராஜகுமாரன் மாதிரி ஒருத்தன் தான் வருவான், அவனுக்காக வேண்டி நாம நல்ல முறையில ஒழுக்கமாக வாழவேணும்ன்னு பலவிதமான கற்பனையோட கனவு கண்டா வேலம்மா. அவளோட அந்த ஆசைல மண்ணு விழும்னு அவ கனவுல கூட நினைச்சுப் பாக்கல.

ஊருல இருக்க எத்தனையோ ஆம்பளைங்க பொண்ணு கேட்டுப் பார்த்தாங்க, வேலம்மாளுக்கு நான் வாரேன் நான் வாரேன்னு போட்டி போட்டு மாப்பிள்ளை வீட்டுக்காரங்க வந்துகிட்டே இருந்தாங்க. ஆனா சுடலை எந்த மாப்பிள்ளைக்கும் ஒத்துக்கல. இசக்கியம்மாவுக்கு என்ன நெனைப்புன்னா இத்தனை மாப்பிள்ளையை வேண்டாமுன்னு சொல்லுதாரே நம்ம அப்பா. அப்போ கண்டிப்பா நல்லா படிச்ச மாப்பிள்ளையதா தேடுவாருன்னு நினைச்சுக்கிட்டா. ஆனா கொஞ்ச நாள்ல அவ ஆசை எல்லாம் நாசமா போய்டும்ன்னு தெரியாமலேயே போச்சி. அக்கா மகனுக்கு வேலம்மாள கட்டி வைக்கலாம்னு திட்டம்போட்டான் சுடல. வேலம்மாளுக்கு அந்தப் பயலை சுத்தமா புடிக்கல. ஏன்னா அந்தப் பயலுக்கு உடம்புல ஏகப்பட்ட நோய் இருக்கு. அது மட்டுமல்லாமல் அவன் உடம்புல ஏகப்பட்ட தடுப்பு இருக்கு. அத நெனச்சி பாத்தாலே அவளுக்கு அருவருப்பா இருக்கு. அவன் ரெண்டு அடி தூரம் நடந்தாலே அரமணி நேரம் உட்கார்ந்து மூச்சு வாங்குவான். இவன் எல்லாம் எனக்கு ஒரு மாப்பிள்ளையான்னு வேலம்மா நெனச்சா. இதுவரைக்கும் எதுவும் பேசாத அவ எவ்வளவோ சொல்லியும், சுடலை கேக்கல. நான் சொல்லுற பயலதா நீ கல்யாணம் பண்ணணும்னு சொல்லி, சுடலை டெயிலி குடிச்சுட்டு வந்து ஒரே சண்ட. கடைசியில ஏதோ ஒரு வழியில வேலம்மாளுக்குப் பிடிக்காத அந்த நோய் வந்தவனுக்கு வேலம்மாள கட்டிவச்சிட்டான் சுடலை. விருப்பமே இல்லாத மாப்பிள்ளைக்கு வாக்கப்பட்டு, விருப்பமே இல்லாத, ஒரு பஸ் வசதி கூட இல்லாத ஒரு பட்டிக்காட்டுக்கு மாடு மேய்க்கவே போயிட்டா இசக்கியம்மா. நாம ஒரு கவர்மெண்ட் வேலைபாக்க பேண்ட் சட்டை போட்டுட்டு வர ஒரு டீசண்ட் மாப்பிள்ளைக்கு வாக்கப்படுவோம்னு நினைச்சா, என்ன திரும்பவும் மாடு பன்னி மேய்க்க வச்சுட்டாங்கன்னு மனசுக்குள்ள ஒரே அழுக. அதுலயும் அந்தச் சீக்குப் புடிச்ச அவ புருஷன பாத்தா அவளுக்கு பத்திக்கிட்டு வரும். கல்யாணம் ஆன நாளுலருந்து வேலம்மா அவனத் தொடகூட அனுமதிக்கல. ஆனாலும் வேறவழி இல்லாம ஒத்த பொம்பள பிள்ளைய பெத்துக்கிட்டா.

வாழ்க்கையில புடிக்காத ஆம்பளைய கட்டிக்கிட்டு அவனுக்கு ஒரு புள்ளையயும் பெத்துப்போட்டுட்டா. அவளுக்கு அத நெனச்சாலே எரிச்சலா வரும். நம்ம எந்தத் தப்பு பண்ணோம், எத்தனை பய நம்ம ஊருக்குள்ளே பின்னாடி சுத்திச் சுத்தி வந்தான். அதுல எவன் கூடயாவது ஓடிப்போய் இருந்தாலும்கூட நம்ம நல்லா இருந்திருக்கலாம்னு நடந்த எல்லாத்தையும் யோசிச்சிப் பார்ப்பா.

குளிச்சிப் பொட்டு வச்சி, கோகுல் சாண்டல் பவுடர பூசி, பூ வச்சி வளையல் எல்லாம் போட்டு கண்ணாடி முன்னாடி நின்னு பார்ப்பா வேலம்மா. ஆனா கல்யாணம் பண்றதுக்கு முன்னாடி மூஞ்சில இருந்த வசீகரமும் அழகும் இப்போ அவகிட்ட சுத்தமாய் இல்லாதத நெனச்சி அழுவா. ஒரு கட்டத்துக்கு மேல அவ மூஞ்சிய பாக்கவே அவளுக்குப் பிடிக்காம போய்டுச்சி. அடுத்து கண்ணாடி பாக்குறதுதையே நிறுத்திட்டா.

நல்ல மாப்பிள்ளைய கட்டி வாப்பான் நம்ம அப்பமுன்னு நம்புனேன் பாரு அதுதான் நான் வாழ்க்கையில பண்ண பெரிய தப்புன்னு நினைச்சு அழுவா. என் கூட இருந்து ஊருக்குள்ளேயே ஓடிப் போனவளுக கூட நல்லா இருக்காளுக. நான்தான் இந்தச் சீக்கு வந்த பயல கட்டிக்கிட்டு சீரழியுறேன். ஒழுக்கமா வாழணும்னு நெனச்சதுதான் நாம வாழ்க்கையில பண்ண முதல் தப்பு. நாம அப்பவே ஒழுக்கமா இல்லாம எவனையும் காதலிச்சு ஓடி இருக்கணும். இப்படி யோசிச்சவ மனசு மொத்தமா தப்பு பண்ணணும்னு ஒரு எண்ணம் வருது. மாடு மேய்க்கப் போற இடத்தில் டெய்லி இவ எதிர்த்த வீட்டில ஒருத்தன் ஆடு மேய்க்க வருவான். நல்ல ஆளு சும்மா சினிமால வர நெப்போலியன் மாதிரி இருப்பான். அவன் இவளுக்கு மச்சான் மொறதா உண்டு. எப்படியோ மாடு மேய்க்கப் போன இடத்துல ரெண்டு பேருக்கும் பழக்கமாயிடுச்சு. ஒரு கட்டத்துக்கு மேல யாருக்கும் தெரியாம கொஞ்ச நாள்ல அந்த எதுத்தவீட்டுக்காரன் கூட வேலம்மா ஓடிட்டா. கடைசியில போலீஸ் டேசன்ல கம்ப்ளைன்ட் பண்ணி, அவளைக் கண்டு பிடிச்சு அவன்கிட்ட இருந்து பிரிச்சுக் கூட்டியாந்து சுடல வீட்டுல கொண்டு வச்சாச்சு.

இங்க வந்த அப்பறம் அவ மனசுவிட்டுப் பேசுற ஒரே ஆளு அவ அண்ணே பொண்டாட்டி மாரிகிட்டதான். யாருக்குமே தெரியாத விஷயத்தைக் கூட அவகிட்ட சொல்லாம இருக்கமாட்டா வேலம்மா. புள்ளைய புருஷன் கிட்ட விட்டுட்டு வந்ததுல கொஞ்சம் வருத்தம்தான் வேலம்மாளுக்கு. ஆனா அத அவனுக்குத்தான பெத்தோம் அந்தப் புள்ளைய பாக்கும்போதெல்லா அந்தச் சீக்கு வந்தவன் மூஞ்சிதான் ஞாபகம் வரும்னு யோசிச்சி ஒரு கவலையு இல்லாம ஜாலியா, கல்யாணம் பண்ணுறதுக்கு முன்னாடி இருந்த வேலம்மாவா அவ மாற ஆரம்பிச்சா. ஆனா என்ன ஒண்ணு பழைய மாதிரி ஒழுக்கம் மட்டும் இல்லாம,

கீழ தரட்டு தோப்புக்கு மாமரத்துக்கு மருந்து அடிக்கப் போகும்போது அங்க ஒருத்தன பார்த்துப் புடிச்சு, போனுல பழக ஆரம்பிச்சா. அது தெரிஞ்சுகிட்ட மதினி மாரி அவள கூப்பிட்டு கண்டிச்சா. கட்டி குடுக்குறதுக்கு முன்னாடி எவ்வளவு ஒழுக்கமா இருந்த, இப்போ உன்ன ஒழுக்கம் இல்லன்னு ஊரே ஒரு மாதிரி பேசுறது எனக்குக் காதுக்கு வருது. அதை நெனச்சாலே சங்கடமா இருக்கு. ஏன் இப்படி இருக்கேன்னு கேட்டதுக்கு மாரியம்மா கிட்ட வேலம்மா சொன்ன பதிலு மாரியம்மாவத் தூக்கிப் போட்டுருச்சு.

என்ன சொன்னான்னா, “இல்ல மதனி நீங்க சொல்றதெல்லாம் எனக்குப் புரியுது” நான் ஒழுக்கமாகதான் இருந்தேன். ஆனா எனக்கு என்னைக்கி விருப்பமில்லாத கல்யாணம் நடந்துச்சோ, என் வாழ்க்கை மண்ணோட மண்ணா போச்சு. அப்பவே நான் முடிவு பண்ணி விட்டேன். நான் இனிமேலாவது எனக்கு புடிச்ச மாதிரி தான் வாழணும்னு. ஒரு பயகூட என் ஊருல ஓடிப் போனேன். அவன் கூடயாவது வாழ விட்டாங்களா இந்தத் தேவிடியா பயலுக. என் வாழ்க்கையவே நிம்மதியில்லாம ஆக்கிட்டாங்க நாசமா போனவங்க. இப்போ கடைசியா உங்ககிட்ட சொல்றேன் மதினி, பிடிக்காத ஒருத்தன் கூட தினமும் கட்டாயத்துக்குப் படுக்கதவிட, புடிச்சவங்க கூட ஒவ்வொரு நாளும் சந்தோசமா படுத்து என் வாழ்க்கயக்

கழிச்சிடுவேன்னு சொன்னத கேட்டு மாரி நெலகொலங்சி போயிட்டா.

அதுதான் முதலும் கடைசியுமா மாரி வேலம்மாள கண்டிச்சது. அதுக்கு அப்புறம் மாரி அதைக் கண்டுக்கறதே இல்ல. எவ வந்து மாரிகிட்ட சொன்னாலும், மாரி அதை அப்படியான்னு கேட்டுட்டு பேசாம இருந்துருவா. இவ்வளவும் சுடல காதுக்கு வந்தும் சுடல ஒரு வார்த்தைகூட மகள வஞ்சதோ பேசியதோ கிடையாது. அது வேலம்மாளுக்கு புது தெம்பை கொடுத்துச்சி. பரவாயில்லை நம்ம அப்பன் நம்மள கண்டுக்கலன்னு நெனச்சு அவ ரொம்ப சந்தோசப்பட்டா. ஆனா அது எதுக்குன்னு அவளுக்குக் கொஞ்சம் கொஞ்சமா தெரிய ஆரம்பிச்சது.

என்னனே தெரியல இப்பல்லா வேலம்மா பாவாடை உடுத்தி வீட்டு முன்னாடி குளிக்கும்போது, சுடல வாசல்ல வந்து உட்காந்துருவான். நம்ம அப்பா தானன்னு அவளும் எதுவும் தப்பா நெனக்கல. ஆனா கொஞ்சநாள்ல இவ பூ வைக்கும்போதும், துணி மாத்தும்போதும் கதவு சாத்தி இருந்தாலும், திடீர்னு உள்ள வந்துட்டு உடனே வெளியே வாரதுனு, சுடலையோட இந்தப் போக்கு சாதாரணமா இல்லன்னு மட்டும் இவளுக்குப் புரியுது. ஒருவேளை நாம தான் நம்ம அப்பாவ தப்பா நினைச்சுட்டமோனு அவ தன்ன தேத்திக்கிட்டா. ஆனா இது ஒவ்வொரு நாளும் ரொம்ப மோசமா போக, அப்பறம் ஒருநாள் வாசல்ல வேலம்மா வரும்போது சுடலை வேணுமின்னே இடிச்சுக்கிட்டு உள்ளே போனான். அப்பவே இவளுக்கு ரொம்ப கஷ்டமா போச்சு. அடுத்து ஒரு நாள் கட்டில் ஓரத்துல படுத்திருந்த வேலம்மாவ சுடல ராத்திரியில கைய மேலவச்சு தடவ ஆரம்பிச்சான். இவ திடீருனு தூக்கத்துலருந்து பயந்து எந்திரிச்சு, உடனே ஒரு ஓரமாக படுத்துக்கிட்டு அழ ஆரம்பிச்சா. இதக் கடைசியா மாரிகிட்ட வந்து ஒரு நாள் அழுதுகிட்டே சொன்னா. மாரிக்கி வந்துச்சி கோவம். அந்தப் பெய பெத்த பொண்ணுன்னு பாக்காம இப்படி செய்தானாக்கும். நாசமா போற பயலே உன் அண்ணன்கிட்ட சொல்லி இப்பவே அடி வெளுத்து விட சொல்லுதேன் பாருன்னு சொன்னா மாரி.

அதுக்கு வேலம்மா, "மதினி அதெல்லாம் வேண்டாம் நானே பாத்துக்குறே" அப்படின்னு சொல்லிட்டா. அதுசரி இத உங்க அம்மகிட்ட சொல்ல வேண்டியது தானேன்னு கேட்டா மாரி. அவளுக்கும் இது தெரியும் மதினி. நேத்து எல்லா விஷயமும் எங்க அம்மகிட்ட சொன்னேன். அதுக்கு அவ என்னைக் கையெடுத்துக் கும்பிட்டு இந்த விசயத்தை யாருகிட்டயும் சொல்லிடாத, "என்ன பெத்தவா இல்ல நீ" அப்படின்னு சொல்லிட்டா. இது வெளியில தெரிஞ்சா குடும்ப மானம் போயிரும், நான் உங்க அப்பன் கிட்ட எடுத்துச் சொல்லுதே, நீ அழுவாத கவலைப்படாதன்னு என்கிட்ட சொல்லிட்டா மதினி.

அந்த எடுபட்ட பயலும் சிறுக்கியும் ஒண்ணு, அவனுக்கு ஏத்த பொண்டாட்டிதான் அந்த முண்ட, உங்க அம்மா இடத்துல நான் மட்டும் இருந்துருப்பேன், நான் அந்தச் சுடல பயல சோத்துல வெசத்த வச்சு கொன்னுருப்பேன், அவனைப் பார்க்கும் போதே அப்படியே கோழி தலைய திருவுதது மாதிரி திருவீரலாம்னு தோணுதுனு மாரி ஆவேசப்பட்டா.

அதுக்கு அப்புறம் ஒரு வாரம் மாரி வீட்டுப் பக்கம் வரவேமாட்டா. அப்புறமா ஒரு வாரம் கழிச்சு ஒரு நாள் வந்து ஓன்னு(ஓவென) அழுது மாரி மடியில படுத்துக்கிட்டா வேலம்மா. என்னட்டி ஏன் இப்படி அழுவுற, என்னன்னு சொல்லுன்னு மாரி திரும்ப கேட்க, வேலம்மா கண்ணுல இருந்து மாலை மாலையா கண்ணீர் வந்திருச்சு. என்னடி என்ன நடந்துச்சினு சொல்லுன்னு சொன்னதும், அவ தேம்பித் தேம்பி அழுதுகிட்டே சொன்னா, இவ்வளவு நாளும் எங்க அப்பே இப்படி இருப்பாமுன்னு நினைக்கல மதினி. இப்ப ரெண்டு நாளா என்கிட்ட ஒரே சண்டை, என்னன்னு கேட்டா, உன் போக்கு சரியில்லைன்னு சொன்னான், கடைசில முந்தாநேத்துச் சொல்லுதான், உன்ன பத்தி ஊருக்குள்ள ரொம்ப தப்பா பேசுதாங்கன்னு.

கடைசில "எவன் கூடலாமோ போற, என்கூட வர வேண்டியதுதானேன்னு பச்சையா கேக்கா மதினி."

போதையிலதா பேசுதாம்னு பார்த்தா, டெய்லி இதையே சொல்லுதான். பெத்த அப்ப நீ ஏன் என்னை இப்படிக் கேக்க, என் வாழ்க்கையே நாசமாக்கிட்டு இப்போ என்ன எதுக்கு இப்படிக் கேக்கன்னு கேட்டேன்.

அதுக்கு நேத்து குடிபோதையில் சொல்லுதா, உன்னை எதுக்கு சீக்கு வந்தவனுக்குக் கட்டி வச்சே? அவங்கூட படுக்கப் புடிக்காம, என் கூட படுப்பன்னு தான். வா வேலம்மா அப்பன்தான கூப்பிடுதேன். என்கூட இருந்துக்கோ, நீ ஒரு பக்கமும் போவவேண்டாம், யாருக்கும் தெரியாது, நீ நல்லபடியா பழைய மாதிரியே நல்ல பூ முடிச்சு, பொட்டு வச்சு சந்தோசமா இருன்னு சொல்லுதான் மதினினு வேலம்மா ஓ... ன்னு கதறி ஒப்பாரி வைக்கா!

இன்னைக்கி உங்க அப்பன என்ன பண்ணுதேன்னு பாருன்னு சொல்லி, அவனைத் தூக்குல தொங்க வைக்கல எங்க அப்பன் செல்லையாவுக்கு நான் பிறக்கலன்னு மாரி சபதம் போட்டுக் கெளம்புதா.

உடனே வேலம்மா அதைத் தடுத்து, விடுங்க மதினி இத எல்லாம் எங்க அம்மதான் செய்யணும். அந்த முண்ட என்ன பேசுறோம்னு தெரியாம, இத வெளியில மட்டும் சொல்லிடாதம்மே, நம்ம குடும்ப மானம் கப்பல் ஏறிடும்ன்னு என்கிட்ட கெஞ்சுதா. எனக்கு உயிரோட இருக்கவே புடிக்கல மதினி. பேசாம செத்துரட்டுமான்னு கேட்கிறா. உடனே மாரி சொன்னா, “நீ அந்த முட்டாத்தனத்த மட்டும் பண்ணிராத, உனக்கு புருஷன் கூட வேண்டாம், நீ பெத்த புள்ள ஒண்ணு இருக்கு, அதுக்காகவாச்சும் வாழு. அது மட்டுமில்லாம இப்ப எவன் கூடயோ பேசுதன்னு சொல்லுதாகல்ல, அவன் கூடயாவது ஓடிப்போயிரு எங்கேயாச்சும். இந்தத் தேவிடியாபய கண்ணுல படாம போயிரு தங்கம்ன்னு கெட்டி புடிச்சு அழுதா மாரியம்மா. இது நடந்து இரண்டு நாளைக்கு அப்புறமா பேச்சிக்கு, மூக்குல இருக்கிற கட்டியை எடுக்க திருநெல்வேலி ஐகிரவுண்டு ஆஸ்பத்திரியில் சேர்த்து மூணு நாள்ல ஆபரேஷன் பண்ணியாச்சு. ஆபரேஷன் பண்ணி ஒரு

ரெண்டு நாள் கழிச்சு மூக்குல பஞ்சு வச்சுப் படுத்துருக்க அவனுக்கு, பக்கத்து பெட்டுக்காரன் பேப்பர் படிக்கியலானு பேப்ர நீட்டுதான். பேப்பர படிச்சிக்கிட்டு இருந்த பேச்சி பேச முடியாம, பேப்பரைப் பார்த்து மாலை மாலையா கண்ணீர் வடிக்கான். கீழ தரையில உட்கார்ந்து இருந்த மாரி, எந்திரிச்சுப் பாத்து ஏன்யா மூக்குல வலி தாங்க முடியலையான்னு கேட்க, அதுக்கு பேப்பரோட எட்டாவது பக்கத்த காட்டுனான் பேச்சி. அதுல போட்டோவோட ஒரு செய்தி சின்னதா இருந்தது. அதோட தலைப்பு!

“வயிற்று வலி தாங்காமல் இளம்பெண் விஷம் அருந்தி தற்கொலை.”

திருநெல்வேலி மாவட்டம் செங்கோட்டை அருகே உள்ள தெற்குமேடு கிராமத்தைச் சேர்ந்த வேலம்மாள் என்ற 35 வயதுள்ள பெண், வயிற்று வலி தாங்காமல் மாமரத்திற்கு வைத்திருந்த பூச்சி மருந்தை அருந்தித் தற்கொலை செய்து கொண்டாள் என்று இருந்தது.

பேச்சியும் மாரியும் மாறி மாறி ஒருவரை ஒருவர் பார்த்துப் பார்த்து அழுதனர். பேச்சியும் தலையில் அடித்து அழுதுகொண்டே அழுதான். ஏன்னா ஆஸ்பத்திரிக்கு வந்த இரண்டாவது நாளே இந்தப் பிரச்சனையை மாரி பேச்சியிடம், வேலம்மாளுக்கு நடந்த எல்லாத்தயும் சொல்லி இருந்தாள்.

வேலம்மாள் வயிற்று வலியால் தற்கொலை செய்யவில்லை என்பது மாரிக்கும், அவளது கணவன் பேச்சிக்கும் மட்டுமே தெரிந்திருந்தது.

★★★

செல்வகுமார் பேச்சிமுத்து

தென்காசி மாவட்டம் புளியரை அருகே தெற்குமேடு எனும் கிராமத்தில் பிறந்தார். அங்கேயே பள்ளிப் படிப்பையும், அண்ணா பல்கலைக்கழகத்தில் இளங்கலை பொறியியல் படிப்பையும் முடித்தார். கல்லூரியில் படிக்கும்போதே பேச்சுப்போட்டி, பட்டிமன்றப் பேச்சு என மேடைகளில் தமிழாடியவர். அதன்பின்பு இயக்குனர் பாரதிராஜா திரைப்படக் கல்லூரியில், நடிப்புப் பிரிவில் ஓராண்டு பயிற்சி முடித்துவிட்டு யூ ட்யூப் வலைத்தொடரில் உதவி இயக்குனராகவும், நடிகராகவும் பணியாற்றினார். கவிதைகள் மற்றும் சிறுகதைகள் எழுதிவருகிறார். ஆங்கிலத்தில் இரண்டு சிறுகதைகள் வெளிவந்துள்ளன. சிறுகதைத் தொகுப்பும், கவிதைத் தொகுப்பும் விரைவில் வெளிவர இருக்கின்றன.
Mail id: selvamagesh3396@gmail.com

வஞ்சி

ரம்யா

"ஏத்தா எப்படித்தான் ஒன்ன மாதிரி நல்ல புள்ளைக இப்படிப் போயி களிசடைக்காரனுவ கிட்ட விழுகுதியளோ" என்று கண்ணன் அலுத்துக் கொண்டான்.

"நான் நல்ல புள்ள இல்லடா கண்ணா."

"சும்மாக்கெட. ஒன்ன எத்தன பயலுவ நோட்டம் விட்டுட்டுத் திரியுதானுவ தெரியுமா? போயும்போயும் அந்த தேவுடியாக் கூதிமகனப் போயி" என்று சொல்லிக்கொண்டே தலையில் அடித்துக் கொண்டான்.

"ஏலே அவுகள அப்டியெல்லாஞ் சொல்லாதலே, என்னருந்தாலும்..."

"மயிரு. ராமன் வேசம் போடும்போது மட்டுந்தேன் அவன கையெடுத்துக் கும்புடுவேன். அதக் கலைச்சாம்னா அவன் இந்திரனாக்கும்."

“அப்டியா...” என்று வாயைப் பிளந்தவாறு கேட்டாள்.

“நீ இந்தக் கலைக்குழுவுக்கு வந்து செம்மையா மூணு மாசங்கூட ஆவல... அதுக்குள்ள எப்டித்தா இப்டியெல்லாம்...” விரக்தியோடும் நம்பமுடியாதவனாகவும் கேள்வியை அடுக்கினான். அவள் மௌனித்திருந்தாள்.

“அவனுக்கு கலியாணமாயி ரெண்டு புள்ள இருக்கு தெரியும்ல.”

“ம்...”

“என்னத்தா ‘ம்...’ பொறவு என்ன ஒனக்கு? ரெண்டு புள்ளக்காரனோட போயி படுத்து எந்திருச்சி வந்திருக்க வெக்கங்கெட்டவளே” சொல்லிமுடித்தபோதே அவள் மேல் அவனுக்குப் பரிதாபமும் வந்தது.

“அன்பா, பாசமா பேசினாக.”

“அதுக்காவ?”

“நான் வேணாம்னுதேன் சொன்னேன். அவுக தான். ஆனா அப்டி நடக்கும்போது அவுகள புருசனாத்தேன் நெனச்சேன். பொட்டப்புள்ளயே எனக்கில்ல. எனக்கு பெத்துக் குடுடீன்னு கேட்டாக.”

“ஓ, மவராசி நீயும் பெத்துக்குடுக்கலாம்னு நெனச்சியோ?”

“ஆமாடா கண்ணா. என்ன மனசுல நெனக்காமயா அப்டி கேப்பாக?”

“பைத்தியக்காரிச்சி பைத்திக்காரிச்சி” என்றவாறு மீண்டும் தலையில் அடித்துக் கொண்டான். “அந்த நேரத்துக்கு ஆம்பளைக என்ன வேணும்னாலும் சொல்லுவாக. பொட்டச்சிக்கு எங்க போவுது புத்தி? ஒனக்கும் அரிப்பு அதேன்” என்று சொல்லி வாயெடுத்து முடிக்கும்போதே அந்த வார்த்தையைச் சொல்லியிருக்க வேண்டாமென மனம் கனிந்தான். அவள் அந்த வார்த்தையின் முடிவில் மேலும் அழ ஆரம்பித்தாள்.

“நான் இன்னிக்கே ஆசான் கிட்ட இந்த வெவகாரத்த சொல்லிப்போடலாம்னு இருக்கேன்” என்றான்.

உட்கார்ந்திருந்தவள் தன் மடியோடு முகம் புதைத்து கைகளை அவனை நோக்கிக் கும்பிட்டவாறு, “வேணாம்டா கண்ணா. அவுக ரெண்டு பிள்ளைகளும் என் கண்ணு முன்னாடியே நிக்குது. ஒரு குடியக் கெடுக்க வேணாம்டா கண்ணா” என்றாள்.

“ஓ, ஒனக்கு புள்ளைக மட்டுந்தேன் கண்ணுக்குத் தெரியுதோ? ஒனக்குத்தேன் குடும்ப எளவு பிரச்சன. போன, சரி. படுக்கும்போது அவென கட்டின பொண்டாட்டிய நீ நெனச்சுப் பாத்தியா?”

“இல்லடா கண்ணா, அந்தம்மா கல்யாணத்துக்குப் பொறவு அவரு மேல அன்பாவே இல்லனு சொன்னாக. ரெண்டாவது கொழந்தைக்குப் பொறவு சேந்தே இல்லன்னும் சொன்னாக. ஒடம்பு சொகக்கேடாம். எப்பவும் அந்தப் பொம்பள கடுகடுன்னு கரிச்சுக்கொட்டிக்கிட்டே இருக்கும்னு சொல்லி வருத்தப்பட்டாக.”

“அவென் ஒவ்வொருத்திகள்ட்ட ஒவ்வொரு கதைய வுடுவான். அந்தம்மாவும் இந்தக் கலைக்குழுவுக்கு பதினைஞ்சு வருசத்துக்கு முந்தி ஒன்னையமாரி வந்தவுகதேன். ஸ்ரீதேவி கணக்கா இருப்பாக. நல்ல செல்வச் செழிப்புள்ள பார்ட்டி. நல்ல குடும்பமும் இருந்துச்சு. அவுகள என்ன வசியம் பண்ணுனானோ என்ன எழவோ, ஒரு வருசத்துல கல்யாணம் பண்ணிக்கிட்டியான். இவம் லட்சணம் தெரிஞ்ச பொறவாட்டிதேன் அப்டி கடுகடுன்னு மாறிட்டாவ. ஊரு சிரிச்சுப்போடுமேன்னு தாலிக்குக் கட்டுப்பட்டு கொழந்தைகளுக்காக இவன் கூட வாழுதாக. இல்ல, என்ன கணக்கெழவோ தெரியாது. இவன் சம்பாத்தியத்த வச்சே வாயடைக்கவும் வச்சிடுவான். ஒருகணக்குல நீ அவுக குடிலயும் மண்ணவாரிப் போட்ருக்க கிறுக்கோளிக் கொள்ளு மவளே.”

அவளிடமிருந்து அழுகையைத் தவிர பதிலேதும் வரவில்லை.

“ஒன்னச்சொல்லி என்ன குத்தம்? இப்டி ஒன்ன ஏமாற வச்சு வேடிக்க பாக்குத அந்த சாமி மேலதேன் எனக்குக் கோவமா வருது. ஆம்பளைக கணக்கு வேற ராசாத்தி. நீ வந்த புதுசுல

சிட்டா பறந்துக்கிட்டு இருக்கும்போதே நெனச்செென். இப்டி எதுனா ஒண்ணு ஆவும்னு. பொட்டப்புள்ளைக ஒடுங்கிக் கெடந்தாலே வுட மாட்டானுக. நீ கொழந்த கணக்க கள்ளமில்லாம பேசிக்கிட்டு இருந்தீயின்னா இந்தமாரி பயலுகட்டதேன் மொத அடி விழும்."

கைகளால் முகத்தைப் பொத்தியவாறு அழுதுகொண்டிருந்தாள்.

"சரி கெடக்கு. ஒனக்கு இன்னும் வயசிருக்கு. கொஞ்சம் காலம் போவட்டும். ஒன் அழகுக்கும் தெறமைக்கும் நல்ல அசலூர்க்கார ஆட்டக்காரனா பாத்து ஆசானே கலியாணம் பண்ணி வெப்பாக" என்றான்.

அவள் குனிந்தவாறே "எனக்கு வேற யாரும் வேணாம். அவுகள மனசுல நெனச்சிட்டேன்டா கண்ணா. அவுக பேசப்பேசவே நெஞ்சுல நெறஞ்சிட்டாக. அதேன் அவர்கூட..."

"என்ன வசியம் பண்ணுதானுவளோ" என்றவாறு அவளை அடிக்க முடியாமல் அருகிலிருந்த மேசையை ஓங்கி அறைந்தான்.

"புரியுது புள்ள, உண்மையா மனசு வச்சிட்டா பொறவு வேற ஒறவத்தேடி போறது கஸ்டம்தேன். எனக்கும் அந்த வலி புரியும்த்தா. அதும், ஒடம்பக் குடுத்தபொறவு அந்த நெனப்ப அழிக்குறது இன்னியும் கஸ்டந்தேன். ஒன்ன இங்க எத்தன தொலவட்டு ஆசான் நம்பிருக்காரு தெரியும்ல? வார பொட்டப் புள்ளைகல்லாம் ஒண்ணுமாத்தி ஒண்ணு ஒரு வருசங்கூட தங்காம என்ன காரணம்னே தெரியாமப் போயிறுதாக. நீ நல்ல துடிப்புள்ள புள்ளனு ஆசான் நம்பிக்கிட்டு இருக்காரு. நீ என்னடான்னா..." என்று அலுத்துக் கொண்டான்.

"எனக்குத் தெரியுதுடா கண்ணா. என்னால தாங்க முடில. உசிர மாச்சிக்கலாம் போல இருக்குடா. நான் ஆசான ஏமாத்திட்டேம்ல. ஒங்க நம்பிக்கையெல்லாங்கூட ஏமாத்தி செமிச்சிட்டேன்ல. நான் சாவுதேன்" என்றவாறு அருகிலிருந்த மரக்கம்பத்தில் தலையை இடித்துக்கொண்டே இருந்தாள்.

"செத்துப்போ. இப்டி அவன நீ காதலிக்கேன்னு சொல்லுறதுக்கு

நீ செத்துப் போவலாந்தேன். அது எவ்வளவோ தேவல" என அவளைத் தடுக்காமல் உச்சகட்ட கோபத்தில் கத்தினான்.

"ஆமா நான் ச்சாவுதேன். இப்பல்லாம் அவுகளும் என்ன கண்டுக்க மாட்டிக்காக. நான் காதலிக்கேன்னு சொன்னதுக்கு என் புள்ளைகளத் தவர நான் யாரையும் காதலிக்கலங்காரு. பின்ன என்ன மயித்துக்குத் தொட்டீருன்னு கேக்கணும்னு ஆசதேன். ஆனா அவரு முன்ன வாயெடுக்க முடில. நான் அழுது பொலம்பினதுக்குப் பொறவு என்கூட பேசறதையும் நிறுத்திட்டாக. நான் செத்தாத்தேன் என் மனசு அடங்கும்டா கண்ணா" என்றவாறு மரக்கம்பத்தைப் பிடித்தவாறு கிறுகிறுத்து தலையில் கைவைத்துக் கீழே உட்கார்ந்தாள்.

"இதெல்லாம் ஒரு ட்ரிக்குத்தா. அப்பதேன் நீ அவன நெனச்சு புழுங்கித்திரிய்வன்னு கண்டுக்காம இருப்பான். உன்னத்தவிர அவனுக்கு ஏகப்பட்ட பொட்டப் புள்ளைக சகவாசம் இருக்கு. அவுக பின்னாடி கொஞ்ச நாள் திரியுவான். புதுசா எவளாச்சும் வந்தா அவள... பின்ன நீ சலிக்கற வர உன் பின்னாடி. இவனுகளுக்குல்லாம் பொம்பளனா ஒடம்பு மட்டுந்தேன். சோலக்கொள்ளைக்கு சேல கட்டி விட்டாக்கூட பாப்பானுவ. அவனே நடுக்கெழவென். ஆனா அவன விட மூத்தாளு பொம்பளகக்கிட்ட கூட வழிஞ்சுக்கிட்டு திரியுவான். எத்தன பொம்பளைக அவன பத்தி ஏளனமா பேசறத நானே கேட்ருக்கேன் தெரியுமா?"

"அப்படியா!" என நம்பமுடியாதவளாகக் கேட்டாள்.

"என்ன நொப்புடியா. சரி கெடக்கட்டும் வுட்டுத்தள்ளு. இதெல்லாஞ் சொல்லித்தேன் நீ அவன விடணும்னு இல்ல. அவென் ஊரறிஞ்ச பொம்பளப் பொறுக்கி. நீ புதுசுனால இப்டி வந்து ஏமாந்து நிக்க. ஒருதடவ படுத்து எந்திச்சதும் அவன புருஷேன், சாமிங்கறது, அவன்கிட்ட என்னத்தையோ பரிகுடுத்தவமாரி நிக்கது இதெல்லாம் பைத்தியக்காரிச்சிகதேன் செய்வாளுக. அவனப்பாத்து தல கவுந்தா அது அவென் ஜெயிச்சாப்ல ஆயிடும். அரிப்பெடுத்த பயலுக்கு பிச்ச போட்டன்னு நெஞ்ச நிமித்தி நடந்து போவணும் ராசாத்தி.

சீக்கிரம் அவன மறந்துட்டு கூத்துல எப்படி ஒசந்து நிக்க முடியும்னு பாரு. இன்னும் ரெண்டு வாரத்துல கூத்து. தெரியும்ல."

இன்னும் இவைகளெல்லாம் நம்பமுடியாதவைகளாக கண்முன் விரிய ஜடம் போன்ற பாவனையில் "ம், சூர்ப்பனக வேசம்னு ஐயா சொன்னாக" என்றாள்.

"உன்னைய தான் கூத்துக்கு நடு நாயகம்னு ஆசான் சொல்லிக்கிட்டு இருந்தாக. ஒன் தெறமையப் பத்தி பெருமையா எங்ககிட்டல்லாம் பேசுவாக. எல்லாவனும் ஒன் நடிப்பப் பாத்து விழுந்து கெடக்கானுவ. நீ என்னடான்னா ஒன் ஒடம்பப் பாத்து கெடக்கவனுக்காவ இழிஞ்சிக்கிட்டு சாவுறேங்க. இந்தப் பொம்பளைக எப்டி இப்டியாப்பட்டவன் பின்னாடி போய் விழுகுதீயளோ!"

அவளது அழுகை நின்றுவிட்டிருந்தது. வெறித்து மண்ணையே பார்த்துக்கொண்டிருந்தாள். புரிந்துகொண்டவனாய் இனி ஏதும் தவறான முடிவை எடுக்க வாய்ப்பில்லையெனத் தெரிந்து கொண்டவனாய் மெல்ல மேசையிலிருந்து எழுந்து, "கூத்து ஆயிரம் துக்கத்த மறக்கடிச்சிடும்த்தா. போயி சோலியப்பாரு ராசாத்தி" என்றான்.

தலை நிமிர்ந்து அவன் கண்களைக் கூர்ந்து இறுக்கமாக நோக்கி "ஏண்டா கண்ணா உண்மையாவே அவுக நல்லவுக இல்லயா" என்று கேட்டாள்.

★★★

"எப்டிண்ணே அவள? எம்புட்டுப் பய வயித்தெரிச்ச உம்மேல இருக்கும் தெரியும்ல? பலே ஆளுண்ணே நீயி" என்று சொல்லிக் கொண்டே குமார் மூன்றாவது புட்டி சாராயத்தை எடுத்தவாறு உட்கார்ந்தான். செல்லப்பன் எதுக்களித்துச் சிரித்தவாறு, "இவ பொம்பளல்லாம் எம்மாத்ரம் எனக்கு. குந்தானி. ரதி தேவி கணக்கா இருந்த ஜெயா ஆச்சியே அண்ணனுக்கு மயங்கிப்புட்டா" என்றவாறு மேலும் மேலும் எதுக்களித்துச் சிரித்தான்.

"இருந்தாலும் இவ சின்னப்புள்ளண்ணே. பக்கிச்சிட்டுமாரி பறந்துகிட்டு இருந்தா, ஆளு ஒருமாசமா வாட்டமாத்தேன் இருக்கா."

"ஏலே கண்ணா, ஓட்டமா ஓடிப்போயி அண்ணனுக்கு ஒரு ப்ளேட் சொவரொட்டி வாங்கிட்டுவாலே. அதுக்கு நல்லதாம்" என்று வெறுமனே அவர்களை வேடிக்கை பார்த்துக் கொண்டிருந்த கண்ணனை நோக்கிச் செல்லப்பன் ஏவினான்.

"கிறுக்குத்தாயொளி, இந்தக் கண்ணம்பய அவகிட்ட போயி எல்லாத்தையும் சொல்லிப்புடுவாம். பாத்துப் பேசு" என அவன் போனபின் குமாரைக் கடிந்துகொண்டான்.

"ஓ, அப்டியா சங்கதி."

"குமாரு, இந்தப் பொட்டச்சிக படுக்கும்போது சொகங்காணுவாளுக. அப்பறம் வந்து காதல் மயிருன்னு நிப்பாளுக. பொழப்பத்தவளுக. அதச் சொல்றப்பவே வெட்டிவிட்றணும். இல்லன்னா நம்ம தலைக்கு ஆபத்து" என்றவாறு சாராயத்தை மண்டினான்.

"காதலா, அப்டின்னா என்னண்ணே?" என்று நக்கல் தொனியில் கைகளைக் கட்டியவாறு அவனிடம் கேட்டான்.

"அது படுக்குததுக்கு முன்னாடியும் படுக்கும்போதும் சொல்லுத பொய்யிலே" என்றவாறு குமரனை ஓங்கி அறைந்து சிரித்தான். அவனும் அதை உணர்ந்தவன்போல விக்கிக்கொண்டே சிரித்தான்.

"இருந்தாலும் ராசாத்திய, பலே ஆளுண்ணே நீயி. எப்டிண்ணே. எனக்கும் சொல்லிக் குடுண்ணே."

"கூத்து, பட்டறனு நடிக்க வாராளுகனாலே ஏதோ நெறயாமத்தான வாராளுக. கொஞ்சம் பாசமா ஆறுதல் சொல்ற மாதிரி பேசுனாளே விழுந்திருவாளுக. நல்ல குடும்பம், குட்டின்னு ஐஸ்வரியமா இருக்க பொம்பளைக எதுக்கு இங்கின பொழைக்க வாராளுக."

"அதுவும் சரித்தேன், அதுவும் சரித்தேன்."

“என்னைக்கு ஒன்னய நம்பி ஒருத்தி சொல்லமுடியாத அவளோட ரகசியத்தச் சொல்லுதாளோ அப்பவே அவ நம்மகிட்ட மடிஞ்சிட்டான்னு அர்த்தம்லே. அதுக்கப்பறம் நேக்குபோக்கா காய நகத்துனா போதும்.”

“அத எப்டிண்ணே சொல்ல வைக்கிதது?”

“அதுதேன் ரகசியம். அதச் சொல்லிட்டா ஒனக்கும் அண்ணனுக்கும் வித்தியாசமில்லாமப் போயிரும்லே. ஆனா இது எல்லாத்துக்கு மேலயும் இப்டி ஒருத்தன நம்புதததுக்கு இன்னொண்ணு இருக்கணும்.”

“என்ன?” என்று ஆவலாக முகத்தை முன் நகர்த்திக் கேட்டான்.

“அதுக்கு அவ கொஞ்சம் கிறுக்கச்சியா இருக்கணும்” என்று சொல்லிக்கொண்டே தரையில் அறைந்து சிரித்தான்.

“அண்ணே, என் தெய்வமே, ஒன் காலக்கழுவி தண்ணி குடிச்சாக்கூட தகும்ண்ணே. ஆனாலும் பலே அளூண்ணே நீயி, எனக்கு மடிய்வாளாண்ணே இப்ப?”

அவன் யோசித்தவாறு “வாய்ப்பில்லடா, இந்தமாரி பொம்பளைக நானே அடிச்சுத் தொரத்தி அவமானப்படுத்தாம என்னய விட்டுப் போமாட்டாளுக. ஒரு கணக்குல இவளமாதிரி பொம்பளைகளும் பத்தினிதேன்” என்றவாறு ஆழ்ந்து இழுத்த சுருட்டை மூக்கின் வழியாக வெளியேற்றினான்.

“பத்தினியா? பத்தினினு இந்த ஒலகத்துல ஒருத்தி இல்லன்னுல்ல நெனச்சிக்கிட்டு இருந்தேன்.”

“அதுவும் சரித்தேன். ராமேன், சீத, இந்தப் பத்தினி இதெல்லாம் கதலே குமாரு. ஆம்பளைகள்ல ராமேன் இல்லன்னா பொம்பளைகள்ல பத்தினிகளும் இல்ல தான. எவ காலம்பூரா ஒருத்தனையே நெனச்சிக் கெடந்து சாவுதா?”

“சரித்தேன்... சரித்தேன்...” என்றான் குமார் விக்கிக்கொண்டே.

கண்ணன் வருவதைக் கண்ட செல்லப்பன் “ஏம்லே நாடகப்பேரு என்னனு முடிவெடுத்துட்டாரா இல்லயா அந்தாளு?” என்று கேட்டான்.

“ஆமாண்ணே. இன்னைக்குக் காலைல வெள்ளன கோழிகூப்புடவே நாடகத்தலைப்ப துணில எழுத்தச் சொல்ல ஆள வரச்சொல்லிருந்தாரு. ‘சூர்ப்பனக வதை’ன்னு வச்சிருக்காரு.”

“எந்தக் காலத்துல ராமாயணத்துல அவ செத்திருக்கா? பைத்தியக்காரங்கணக்கட்டா இவன் நாடகம் போட்டு வெளங்காம போயிடப்போகுது. வயசாக வயசாக அந்தாளுக்கு மண்ட கோளாறாவுது. கூத்துக்கு எவனும் வராமப் போனாம்னா எம் பொழப்புலாம் நாறிடும். இதவச்சுதான் என் மத்த தொழிலும் ஓடுது.”

“ஒத்திக எப்படா?” என்று குமார் கேட்டான்.

“சூர்ப்பனக ஒத்திக போன வாரமே ஆரம்பிச்சிடுச்சுண்ணே. இந்த நாடகத்துல அவுக தான் முக்கியமான வேசம். நமக்கெல்லாம் நாளைக்குன்னு ஐயா பேசிக்கிட்டு இருந்தாரு.”

“இருக்கட்டும், இருக்கட்டும். நேத்து வந்தவளுக்கு இவ்ளோ முக்குறாரே, இப்டில்லாம் ஆவக்கூடாதுன்னுதான் இவளுகள அடக்குதேன். அப்பையும் எந்திரிச்சு வாராளுவளே தேவ்டியா முண்டைக” என்று சொல்லிக்கொண்டே தள்ளாடி எழுந்தான்.

“அந்தக் கிறுக்கச்சிய எங்கடா?”

“நாடகக் கொட்டகைலயே ஒறங்கிட்டாகண்ணே.”

★★★

ஊசலொன்று முன்னும் பின்னும் மெதுவாக காதலா காமமா என்றறியாது தத்தளித்து இயங்கிக்கொண்டிருப்பது போல ஆசானின் குரலில் அந்தத் தாளகதி எழுந்தது

“தத்தடட தத்தடட தத்தடட டட்டா” என்று பாட மத்தளமும் உடுக்கையும் இணைந்துகொண்டது.

“பஞ்சு ஒளிர் விஞ்சு குளிர் பல்லவம் அனுங்க
கஞ்சம் நிகர் சீறடியள் ஆகி
வஞ்சி என
நஞ்சம் என
வஞ்ச மகள் வந்தாள்”

என்று பாடல் ஒலிக்கத் திரை விலகியது. மக்கள் ஆரவாரத்துடன் விசிலடித்து கைதட்ட சூர்ப்பனகை அழகிய பதுமையென வேடமிட்டு நடந்து வந்து கொண்டிருந்தாள். அந்தக் காட்சியைக் கண்ட மயக்கம் கூட்டத்தில் அலையலையாகப் பரவ மேடை வெளிச்சத்தைத் தவிர பிற டியூப் லைட் வெளிச்சங்கள் யாவும் நிறுத்தப்பட்டன. கரும் இருட்டில் நாடக மேடையின் மீதான வெளிச்சத்தில் அடர் கானகமும், திரண்ட கன்னியொருத்தியின் பச்சைப்பட்டுச் சேலையும், சிவப்பு நிறச் சட்டையும், கற்கள் பதித்த ஆரங்களும் மினுக்கிக் கொண்டிருந்தன. மத்தளமும், உடுக்கையும் ஒலிக்க,

“தத்தடட தத்தடட தத்தடட டட்டா. அப்படியாக சூர்ப்பனக” என ஆசான் ஆரம்பித்தார்.

“ஆமா, ஆமா” என சிங்சாங் அடித்துக்கொண்டே ஜால்ராக்கள் சேர்ந்துகொண்டனர்.

“ராவணனோட தங்கச்சிக்காரி...”

“ஓஹோ.”

“முட்டத் தின்னுட்டு வருசத்துல பாதி ஒறங்குவானே கும்பன், அவனோட தங்கச்சி.”

“யாரு?”

“சூர்ப்பனகதான்.”

“ஓ...”

“அப்படியாக... நடந்து ஒயிலா வாரா.”

> “பொன் ஒழுகு பூவில் உறை பூவை
> மேனி நனி பெற்று
> தேனின் மொழி உற்று
> ஓர் மானின் விழி பெற்று
> மயில் வந்ததென வந்தாள்”

என்று பாடல் ஒலிக்க ராசாத்தி குறுக்கும் நெடுக்குமாக மயில் போல ஒயிலாக நடந்துகொண்டிருந்தாள். மேடைக்கு

வலப்பக்கமிருந்து ராமனும், லட்சுமணனுமாக செல்லப்பனும் குமரனும் தோன்றினர். கூட்டத்திலிருந்து அவர்களின் ரசிகர்களின் விசில் சத்தமும், கைதட்டலும் பறந்தன. பெருமையோடு கைகளை இடுப்பில் வைத்துக்கொண்டு மேடையில் சூர்ப்பனகையின் அழகை ரசிப்பவன் போன்ற பாவனையில் நின்றிருந்தான் செல்லப்பன்.

“அப்படியாக, ராமங்காரன் யாருடா இந்த அழகின்னு உத்துப் பாக்கான்” என ஆசான் ஆரம்பித்தார்.

“ஆமா ஆமா.”

“வெக்கப்பட்டு நிக்கிற சூர்ப்பனகையப்பாத்து ராமன் கேக்கான்.”

“ஓஹோ.”

“அழகியே, வஞ்சியே, பதுமையே, ஒன் ஊரென்ன, ஒன் பேரென்ன, ஒன் ஒறவுக்காரங்க யாரு” என செல்லப்பன் நளினமாக நின்றுகொண்டிருந்த சூர்ப்பனகையைப் பார்த்துக் கேட்க நாடகம் ஆரம்பித்தது.

“சுவாமி... பிரம்மனோட மகன் புலத்தியன். அவனோட மகன் விச்சிரவசுவோட மக! சிவனோட நண்பேன் குபேரனோட தங்க. இந்திரங்காரனையே வேலையாள் கணக்கா நடத்துற ராவணனோட தங்கச்சி. என்பேரு சூர்ப்பனக!” என குழைவும் செருக்கும் ஒருசேர நின்றாள்.

“ஆமா சூர்ப்பனக! ஆமா சூர்ப்பனக!” என ஜால்ராக்கள் முழங்கினர்.

“ராவணனோ கரிய கறுப்பு! ரத்தச்செவப்பு கண்ணு, கூரான பல்லு. கொடூர அரக்கன்! பாக்கவே பயங்கரமா இருக்கவன்! அவனோட தங்கச்சி நீ மட்டும் வடிவா அழகா இருக்கியே” என சந்தேகத் தொனியோடு ராமன் கேட்டான்.

“அரக்கியாப் பொறந்தது என்னவோ உண்மதான் சாமி. ஆனா பொறப்பால எடுத்த ஒடம்ப நல்ல வழில தவஞ்செஞ்சு தெய்வ அருளால இந்த வடிவத்த அடைஞ்சேன் எஞ்சாமி!”

"பாதுகாப்பில்லாத இந்தக் காட்டுப்பக்கம் தனியா வந்திருக்கிறியே. ஒண்ணுகெடக்க ஒண்ணு ஆயிப்போச்சுனா என்ன பண்ணுவ? வெவரம் இல்லாத புள்ளையா இருக்கியே" என ராமன் அக்கறையோடு கேட்டான்.

அந்த அக்கறையில் பூரித்தவளாய், "நீங்க இருக்க சேதி கேள்விப்பட்டு ஒங்க ஆசிய வாங்கிக்கிட்டு அப்டியே ஒரு சேதி சொல்லிட்டுப் போவலாம்னு வந்தேன் சாமி" என்றாள்.

"ஆமா வந்தேன் சாமி. ஆசி வாங்கிப்போக வந்தேன் சாமி. ஆமா, ஒரு சேதி சொல்ல வந்தேன் சாமி. கேளுங்க சாமி," என ஜால்ராக்கள் சிங்கி தட்டினர்.

"லெச்சுமணா" என ராமன் விளிக்க, "சொல்லுங்கண்ணே," என்றவாறு அவன் அருகில் வந்தான் லட்சுமணன்.

"இந்த அழகிகள நம்பவே முடியாதுன்றது நமக்குத் தெரிஞ்ச விசயந்தேன். இவள நம்பலாமா? சொல்லுடா லச்சுமணா."

"என்னதேன் சொல்லுதான்னு கேட்டுப்பாப்பம் அண்ணாச்சி" என்றான் லட்சுமணன்.

"அழகியே, வஞ்சிக் கொடியே சொல்லு. என்கிட்ட என்ன சொல்லணும் சொல்லு."

"சாமி நான் வீரமானவ, அறிவானவ, அழகானவ, முனிவர்களுக்குப் பணிவிட செஞ்சு வாழறவ. என் அழகுக்கும் தெறமைக்கும் ஏத்த ஆம்பள நீங்கதான்னு தேடிவந்தேன். என் காதல ஏத்து என்ன கலியாணம் செஞ்சுக்கங்க சாமி."

"ஆமா கலியாணம் செஞ்சுக்கங்க ஸ்வாமி. ஆமா கலியாணம் செஞ்சுக்கங்க ஸ்வாமி" என ஜால்ராக்கள் பாடினர்.

"நீயோ அரக்க குலம், நானோ ராசா மவன். ஏதோ என் போறாத காலம் இங்கின கெடக்கேன். நமக்குள்ள சரிவராது பொண்ணே" என்றான் ராமன்.

"சாதி தான் பிரச்சனையா சாமி? அரக்க சாதில பொறந்துட்டதுக்காவ ஒருத்தி அரக்கியாத்தேன் இருக்கணுமா

சாமி? நான் நல்ல வழியில் வளந்து தபசு செஞ்சு ஓங்கள அடைய வந்து நிக்கேன். நாளு பொழுது இல்லாம உங்கள நெனச்சு ஏங்கிப் போயி கெடக்கேன். என் காதலையும் காமத்தையும் தீத்து வைங்க சாமி" என சூர்ப்பனகை, ராமனை சுற்றி வந்து ஏக்கமாகச் சொல்லி கை எடுத்துக் கும்பிட்டு அவன் முன் பணிந்தாள்.

"ஏண்டா லெச்சுமணா, இப்டி வெளிப்படையா காதலையும் காமத்தையும் சொல்லுத பொம்பளைக நல்ல பொம்பளைகளாவா இருப்பாளுக. கூச்சமில்லாதவளுகளுக்கும் கற்புக்கும் ரொம்ப தொலவட்டுல்ல?" என லட்சுமணன் காதில் ராமன் கேட்டான்.

"ஆமாண்ணே" என லட்சுமணன் அதை ஆதரிக்க, ஏளனமும், பரிகாசமும் நிறைந்த தொனியில் "பெண்ணே! சூர்ப்பனகைக் கண்ணே!" என்றழைத்தான் ராமன்.

"சொல்லுங்க சாமி" என்று அவன் அருகில் ஆவலாய் வந்தவளை நோக்கி, "ஒனக்கும் எனக்கும் சரிப்பட்டு வராது. வேணாம்" என்று கைகளை மறுத்தவாறு கூறி முகம் திருப்பிக் கொண்டான் ராமன்.

"ஐயோ சாமி, என்ன வெறுத்துடாதீக! நான் செத்தாலும் ஓங்க மேல உள்ள ஆச சாவாது. கனவுலயும் நெனப்புலையும் எப்பவும் நீங்க தான் இருக்கீக சாமி. ஓங்க கூட ஒரு ஓரமா எப்பவும் நான் இருந்தா போதும் சாமி. என்னய வேணாம்னு சொல்லாதீக!" என இறைஞ்சினாள்.

இறைஞ்சும் தோறும் ஏளனத்தை அதிகப்படுத்திக் கொண்டே அவளைத் தன் பின்னால் அலையவிட்டுக்கொண்டிருந்தான் ராமன். "அண்ணே... சீத இருக்கானு சொன்னா... அவள மட்டுந்தேன் மனசார காதலிக்கேன்னு சொன்னா போய்டப்போறா. மீன் கன்னி! அழகி! அவகிட்ட லட்சுமணன கட்டிக்கிறியானு கேட்டுப்பாரு. என்ன சொல்லுதாம்னு பாப்பம்," என லட்சுமணன் ராமனுக்கு யோசனை சொன்னான்.

"அழகியே சூர்ப்பனக! நான் சொல்லுதத கேப்பியா?" என ராமன் அவளை நோக்கிக் கேட்க, "சொல்லுங்க ஸ்வாமி" என ஆவல் மிகுந்தவளாய் அவன் முன் நின்றாள்.

“மீன் விழி கொண்டவளே. ஒனக்கேத்த ஜோடி லட்சுமணன் தான். நீ அவன கலியாணம் செஞ்சுக்க. எப்பவும் அவனபோலவே என்கூட இருந்து எனக்கு சேவகம் செஞ்சு ஒன் ஆசைய ஆத்திக்கலாம்” என்று அவளுக்கு அறிவுரை கூறிய ஒரு நொடி தயங்கி அவள் லட்சுமணனின் பாதம் பணிந்தாள்.

“சாமி, ஒங்களையும் ராமனையும் நான் என்னைக்கும் பிரிச்சுப் பாத்ததில்ல. உருவத்துலயும் மனசுலயும் நீங்களும் அவுகளும் ஒண்ணுதான்னு எல்லாருஞ் சொல்லுவாக. நானும் அத இன்னைக்கு கண்ணாற பாத்துட்டேன். இனி மிச்சமிருக்க காலம்பூராவும் ஒங்க கூடவே இருக்கேன். என்ன ஏத்துங்க சாமி” என ஒரு பொருளை மறக்க அதற்கிணையான இன்னொன்றைக் கொடுத்ததும் பற்றிக் கொள்ளும் குழந்தைபோல அவன் முன் வணங்கி நின்றாள்.

“வெக்கங்கெட்ட பெண்ணே!” என லட்சுமணன் அவளை விளித்தபோது முதல் முறையாக அவமானத்தை உணர்ந்து துடித்தாள். அவளின் மீன் கண்கள் மேலும் ஒளிபெற்று உருள, அடக்கி வைத்திருந்த அரக்கப் பற்கள் மெல்ல வெளியில் தெரிய லட்சுமணன் கோபமும் செருக்கும் கொண்டான். அவளை மேலும் அவமானம் செய்யும் பொருட்டு, “ராவணனுக்கு தங்கச்சியாப் பொறந்தென்னடீ பிரயோஜனம்! அரக்கனுக்கு மனைவியான! பின்ன விதவையான! எங்கண்ணே மேல காதல்ல விழுந்த! இப்ப என் முன்னாடி நிக்க! சுத்தமில்லாத மனச தூக்கிக்கிட்டு அழகால மட்டும் என்ன அடஞ்சிடலாம்னு பாக்குறியாடீ அரக்கி!” என லட்சுமணன் கூற ராமன் அதைக்கேட்டு ஏளனமாகப் புன்னகைத்தான்.

பற்களை நறநறவென கடித்தவாறு ராமனையும் லட்சுமணனையும் பார்த்து உறுமிக்கொண்டு “கல்நெஞ்சக்கார அரக்கனுககிட்ட அல்லோலப்பட்டு, விதியேன்னு ஒக்காராம தெய்வங்கணக்கா இருக்க ஒங்ககிட்ட காதலச் சொல்லலாம்னு வந்தா, நீங்க அவனுகள விட மோசமா இருக்கீகளே” என்று சொல்லிக் கொண்டே உறுமினாள்.

“என்னடீ உறுமல். பயந்திருவேன்னு நெனக்கியோ? கேடுகெட்ட

விதி கொண்டவளே. இந்த ஜென்மத்துல இனி நீ யாரையும் அடைய முடியாதபடிக்கு செஞ்சிடறேன் பாருடீ" என்று சொல்லிக்கொண்டே அவள் கூந்தலைப் பற்றி இழுத்து லட்சுமணன் உதைத்தான். எழ முயன்றவள் ராமன் தனக்காகப் பரிந்துபேசுவானா என ஏக்கமுற்று அவனை நோக்க அவனின் மெல்லிய புன்னகை கண்டு நெஞ்சு விம்மி தலையைப் பிய்த்துக்கொண்டு "மோசம்போனேனே, எஞ்சாமி மோசம்போனேனே. காதலால மோசம்போனேனே" என்று சொன்னவாறு அழுதாள்.

"ஆமா மோசம்போனேனே... காதலால மோசம்போனேனே" என ஜால்ராக்கள் துக்கமான தொனியில் பாடினர்.

தன் மொத்த வெறுப்பையும் சேர்த்துக் கூட்டிக் கொண்டு "பத்தினி வேசமா போடுற?" என்று சொல்லிக்கொண்டே அவள் கூந்தலைத் தன் வலக்கையால் பற்றி அவள் மேல் தன் வலக்காலை வைத்து, காறி அவள் மீதுதான் இதுநாள் வரை வெளிப்படுத்தியிராத நஞ்சை எச்சிலாக உமிழ்ந்தான். இடக்கையால் குறுவாளை உறுவி மூக்கை முதலில் அறுத்தான். பின் காதுகளை அறுத்து, வெறி அடங்காதவனாய் அவள் மேலாடையை விலக்கி முலைகளைக் கைகளால் பற்றி "மூளி" என்று சொல்லிக்கொண்டே முலைக்கண்களிரண்டையும் அறுத்தெறிந்தான். அந்தக்கணத்தின் உடல் வேதனையால் வீரிட்டு அழுத சூர்ப்பனகையின் ஒலியால் உச்சமடைந்து இறங்கித்தணியும் பொருட்டு மீண்டும் அவளைக் காறி உமிழ்ந்து அவள் மேல் வைத்திருந்த வலக்காலால் ஓங்கி மிதித்துவிட்டு திரும்பி நடந்தான் லட்சுமணன்.

கூட்டம் "ஓ"வென தன் அதிருப்தியைக் காட்டியது.

லட்சுமணனும் ராமனும் சென்றுவிட மேடையின் விளக்குகள் யாவும் அணைக்கப்பட்டு சூர்ப்பனகையின் மேல் மட்டும் ஒளி குவிக்கப்பட்டது.

"காதல்ல கொடியது என்னவோ?" என்று ஆசானின் குரல் ஒலிக்க, "என்ன? என்ன?" என ஜால்ராக்கள் சிங்கிச் சத்தத்துடன் இணைந்துகொண்டனர்.

“அவமானம். பெண்ணென மதியாமல் ஆண் செய்யும் அவமானம். ஆமா அவமானம்” தீர்க்கமாக ஆசானின் அந்த வார்த்தை மட்டும் முழங்கிக் கொண்டிருந்தது.

சூர்ப்பனகை அழுதுகொண்டே கீழே கொட்டப்பட்டுக் கிடந்த கரியை அள்ளி அள்ளி முகத்தில் அறைந்து பூசினாள். ரத்தம் வழிந்துகொண்டிருந்த முகத்தில் கரி மேலும் அடர்த்தியைக் கூட்டி முகத்தை விகாரமாக்கியது. முலைகளிலிருந்து வடிந்த ரத்தம் அவளைச் சூழ்ந்திருந்தது. கரியை அள்ளி முலைகளில் பூசிக்கொண்டே மாரடித்து அறைந்து கேவிக் கேவி அழுதாள்.

“ஆத்தா பொங்க வச்சுப் பூச பண்ணுதோம் தாயி. சாந்தியாகும்மா. காளி, சூளி. நீலி, எந்தாயி” என்று கூட்டத்திலிருந்த கிழவி ஒருத்தி கத்திக்கொண்டே எழுந்து குலவையிட பிற பெண்களும் குலவையில் இணைந்தனர்.

எழுந்து நின்று விகாரமான முகத்தில் கூரிய பற்கள் எழுந்தவளாய் நரம்புகள் புடைக்க தலைவிரி கோலமாய் மாரடித்துக் கொண்டே, “ராமா! இந்த அன்பையும் பாசத்தையும் உதாசீனப்படுத்தின ஒனக்கு இனி காதலே இல்லாமப் போட்டும். காலம்பூரா தனிச்சிருந்துதான் நீ சாவணும். இது என் சாபம். பத்தினியோட சாபமில்ல. அவமானப்பட்ட பொண்ணோட சாபம். என் வலியும் வேதனையும், கண்ணீரும் உண்மைனா, நான் ஒம்மேல வச்ச காதல் உண்மைனா இந்த சாபம் ஒன் தலைமேல என்னைக்கும் இருக்கும்” என்று சொல்லிக் கொண்டே வலி மிகுந்து கீழே விழுந்தாள். சிரமப்பட்டு எழ முற்படுபவளாய் கைகளை உயர்த்தி “அப்பனே சிவா! ஒருத்தன மனசுல நெனச்சதும் காதலுக்காக வந்து நின்னதும் தான் என் குத்தம்னா இனி இந்த உசிரு என்னத்துக்கு? இந்த நொம்பலப்பட்ட ஆன்மாவ நீயே எடுத்துக்கய்யா! ஆமா நீயே எடுத்துக்க!” என்று சொல்லியவாறு முலையைப் பற்றிக் கொண்டே சரிந்து விழுந்தாள்.

மெய்மறந்து அவளின் கதறலைப் பார்த்துக்கொண்டிருந்த ஆசான் தன்னிலை உணர்ந்து மென்மையாக, “தத்தடட தத்தடட தத்தடட டட்டா” என்று மிக மென்மையாகப் பாட

மேடையின் திரை மூடிக் கொண்டது. பெருங்கூச்சலுடன் கூடிய கைதட்டல் சத்தம் முழங்கிக் கொண்டிருக்க, மேடையினுள் முகம் குப்புற விழுந்து ராசாத்தி அழுதுகொண்டிருந்தாள். அவளைத்தூக்கி ஆசான் தோளோடு தோள் நிறுத்தி அணைத்து நெற்றியில் முத்தமிட்டார். அவளின் உடல் அதிர்வுகளை அவர் உணர்ந்தார். “சாந்தியாகுமா” என்றவாறு அவளின் தோள்களைத் தட்டிக் கொடுத்துவிட்டு அவர் நகர பிற கூத்துக்காரர்கள் அவளைச் சூழ்ந்துகொண்டனர்.

★★★

“ஏத்தா இங்காரு, ரொம்பத்தேன் பகுமானம் பண்றியே இப்பல்லாம்” என செல்லப்பன் ராசாத்தியைப் பின்னிருந்து அழைத்தான்.

“சொல்லுங்க” என்றவாறு அலட்சியமாகத் திரும்பிப் பார்த்தாள்.

“இன்னைக்கு ரவைக்கு கொல்லப்பக்கம் வாத்தா. பேசணும்” என அன்பு கனிந்த குரலில் கூப்பிட்டான்.

“ரெண்டு மாசமா என்ன காரணம்னே சொல்லாம பேசாம இருந்தீயளே ஏன்?” என்று கேட்டாள்.

இவ்வளவு அப்பட்டமான கேள்வியை எதிர்பாரதவனாகத் திணறி, “அது... அது வந்து நீ ரொம்ப அழுதுவடிஞ்சிக்கிட்டு இருந்த. இந்த அழுகுத பொம்பளைகள என்னால சமாதானப்படுத்தறது கஸ்டம். அப்டியே விட்டா சரியாயிடுவன்னு நெனச்சேன். அதேன் ரா்சாத்தி. பாத்தியா. இப்ப நீ சரியாகிட்ட” என்று தணிந்த குரலில் கூறினான்.

“செத்துப் பொழச்சு வந்திருக்கேன் தெரியுமா ஒங்களுக்கு. கண்ணனும், இந்தக் கூத்தும் இல்லனா செத்துதான் போயிருப்பேன்” என உணர்ச்சியற்ற பார்வையால் அவனை வெறித்துப் பார்த்தாள்.

“சரி அதெல்லாம் கொள்ளப்பக்கம் போயி பேசுவோம். வா” என மென்மையாகக் கூறினான்.

“இல்ல, இனி நாம பாக்க வாணாம்.”

"என்ன? நான் ஒன்கிட்ட சொன்னத நீ எனக்கே திருப்பிச் சொல்லுதியோ?"

"இல்ல இனி எப்பவும் வாணாம்."

"என்னடி வாணாம்? வேற எவனாம் கெடச்சிட்டானோ?"

"யாரும் எனக்கு வாணாம்."

"ஓ, அப்ப நான் இல்லன்னா செத்துருவேன்னு சொன்னதெல்லாம் பொய்யா? அதுசரி, இப்பத்தேன் ஒனக்குள்ள சூர்ப்பனக ஏறிருக்கால்ல. அப்டித்தேன் பேசுவ. ஒண்ணு தெரிஞ்சுக்க. இங்க எவனும் ராமேன் இல்ல வெளங்குதா? அப்டியாரும் என்னவிட ஒசத்தியா கிடச்சிறமாட்டானுக" என்றவாறு அவள் கைகளைப் பற்றினான்.

"தெரியும். கூத்துலயும், கதைலயும் தான் ராமேன் இருப்பான். அவனுக்காக கூட ஒரு பொட்டச்சி அவமானப்பட்டு சாவணும்னு இல்ல. நானும் இனி யாருக்காகவும், எந்த ஆம்பளைக்காகவும் வாழவோ சாகவோ போறதில்ல. என்ன விட்றுங்க" என்றவாறு லாகவமாக கையை விடுவித்துக் கொண்டு அவன் பதிலுக்குக் காத்திராமல் விறுவிறுவென நடக்க ஆரம்பித்தாள்.

"நில்லுடி பலவட்ற தேவுடியாச்சிறுக்கி. நின்னு பேசிட்டுப் போடி. ஒன் சங்கதிய ஊரு நாறச் செஞ்சிருவேண்டி."

அவள் திரும்பி நின்று தீர்க்கமான பார்வையோடு அவனை முறைத்தாள். அவள் தன்னுடன் படுத்து பேதையாகிக் கிடந்த ராசாத்தி இல்லை என்பதை அந்தப் பார்வையில் உணர்ந்துவிட்டிருந்தான். எதற்கும் துணிந்தவளென அவன் முன் செருக்கி நின்றிருந்தாள். மெல்ல தொண்டைக்குள் அவன் எச்சிலை முழுங்க, அவள் ஏளனச் சுளிப்போடு அவனை மேலிருந்து கீழ் வரை நோக்கினாள். அது அவன் உடலைக் கூசச் செய்தது. அந்தக் கூச்சத்தை எதிர்பார்த்தவளாய் புன்னகைத்தவாறு முகம் திருப்பி ஒயிலாக நடந்து சென்றாள்.

"பஞ்சு ஒளிர் விஞ்சு குளிர்
பல்லவம் அனுங்க
கஞ்சம் நிகர் சீ...றடியள் ஆகி

வஞ்சி என.. நஞ்சம் என..
வஞ்ச மகள் வந்தாள்"

என உடுக்கையும் மேளமும் கூடி அவன் காதில் மிக மென்மையாக ஆசானின் குரலில் அந்தப் பாடல் ஒலித்துக் கொண்டிருந்தது.

★★★

ரம்யா

ஸ்ரீவில்லிபுத்தூர். நீலி மின்னிதழ் ஆசிரியர். தமிழ் விக்கி இணையதளம், தமிழ்ப் பக்கத்தின் பங்களிப்பாளர். இவரது முதல் சிறுகதையான நீலத்தாவணி வனம் மின்னிதழில் மார்ச் 2022-ல் வெளியானது.

உயிரின் ஒலி

நெய்வேலி பாரதிக்குமார்

'பூம்... பூம்' என்று ஒரு நீண்ட ஒலியும் கூடவே 'பூம்' என்ற சிற்றொலியும் காதருகே வந்து கொடூரமாக ஒலித்தது போல இருந்ததில் திடுக்கிட்டு விழித்தார் பெருவளத்தான். புகைவண்டியின் அந்த ஒலி அவரது நரம்பு முழுதும் ஊடுருவி ஒரு கணம் சில்லிட வைத்தது. படுத்திருந்த பாயைச் சற்று நேரம் தடவிப் பார்த்தார். வீடுதான் என்று புரிய சில நொடிகள் ஆனது. ஒவ்வொரு இரவிலும் சிறுநீர்ப் பை நிரம்பி வயிறு கொதிக்கும் சமயம் புகைவண்டியின் ஏதோ ஒரு உறுமலோடுதான் விழிக்கவேண்டி இருக்கிறது. நிமிடத்துக்கு ஒருமுறை பொத்தானை அமுக்கி தான் விழித்துக்கொண்டுதான் இருக்கிறோம் என்று பதிவு செய்யும் விஜிலன்ஸ் கண்ட்ரோல் டிவைஸ் நினைவுக்கு வர அனிச்சையாக பொத்தானைத் தேடுவதும் உண்டு. உறக்கத்தில்

விழிக்கும்போதெல்லாம் இஞ்சின் கேபினில் இருப்பதாக அவருக்குள் எப்பொழுதும் ஒரு பதட்டம் இருந்துகொண்டே இருக்கும்.

சட்டென்று இடுப்புப் பகுதியை தன்னிச்சையாக தொட்டுப் பார்த்தார் லேசாக சிறுநீர் வேட்டியில் கசிந்திருந்தது. அடிவயிற்றில் வலி உலக்கையை வைத்து இடிப்பது போல நரக வேதனையாக இருந்தது. கழிவறைக்குச் சென்று சிறுநீர் கழிப்பதற்காக நின்றபோது உயிர்நாடியில் ஊசியைச் செருகியது போல விண்விண்ணென்று தெறித்தது. கண்களில் இருந்து தாரை தாரையாக கண்ணீர் வழிந்தது. கொக்கியில் மாட்டியிருந்த சட்டைப்பையில் துழாவி பாக்குப் பொட்டலத்தைப் பிரித்து வாயில் போட்டுக் கொண்டார். பாக்குத்தூளை மெல்லும்போது தாடைகள் நெறிபடும் சமயம், வலியை மென்று துப்புவது போன்ற உணர்வு. எல்லா துகளையும் சவைத்த பிறகு ஒரு செம்பு நீரை முகர்ந்து ‘மடக் மடக்’ என்று குடித்தார். சுற்றிலும் தூங்கிக் கொண்டிருந்த பெரியநாயகியையும் பிள்ளைகளையும் பார்த்தார். யாருக்குமே இவரது வலி தெரியாது. குறைந்தபட்சம் அவருக்கு வலி என்கிற உணர்வு இருக்கிறதென்பது கூட அவர்களுக்குத் தெரியாது. ஓய்வில்லாமல் சுற்றும் மின்விசிறியைப் போலத்தான் அவர் என்பது அவர்களின் எண்ணம். என்றைக்காவது ஒரு நாள் காற்று நிற்கும் போதுதான் தலையை உயர்த்தி என்னாச்சு ஃபேனுக்கு என்று அலுப்புடன் பார்ப்பார்கள்.

பெருவளத்தான் லோகோ பைலட் லாபிக்குள் நுழையும்போது மணி சரியாக மாலை நான்கு மணி ஆகி இருந்தது. எப்பொழுதும் அவர் நேரத்தைத் தவறவிட்டதே இல்லை. இன்னும் முக்கால் மணி நேரம் இருக்கிறது. அவருக்கு இன்றைக்கு ஹைதராபாத் எக்ஸ்பிரஸ் வண்டிதான் ஒதுக்கப்பட்டிருந்தது. லோகோ பைலட் ஐடி-ஐ எடுத்து சைன்-இன் செய்துகொண்டார். எப்பொழுதும் அவர் போதைப்பொருள் பயன்படுத்துவதில்லை என்பதால் அந்தச் சோதனைகள் பெரிதும் அவரை நேரம் வளர்த்தியதில்லை.

“என்ன வாத்தியாரே இன்னிக்கு எந்த வண்டி?” கேட்டபடியே

லாபிக்குள் நுழைந்தான் கணேசன். வேலையில் சேர்ந்த அதிகம் பேருக்கு அவர்தான் கற்றுக்கொடுத்தவர் என்பதால் பெருவளத்தானுக்கு வாத்தியார் என்ற செல்லப் பெயர் உண்டு.

“12603 தம்பி.”

“ஹைதராபாத் போறீங்க... அது 16:45-த்தானே டிபார்ச்சர்... 16:00 க்கே சைன்-இன் பண்ணீட்டிங்க ஆனாலும் நீங்க ரொம்ப பங்க்சுவல் வாத்தியாரே”

தனது லாக்கரைத் திறந்து எல்லா உபகரணங்களையும் சரிபார்த்தபடி “உனக்கென்னப்பா நீ ஷண்டர் டூட்டி பாக்குறே உழக்குலே கிழக்கு மேற்கு பாக்குற வேலை. ஸ்டேஷனுக்குள்ளேயே உன் ஜோலி முடிஞ்சிடும்...”

“அட போங்க வாத்தியாரே... கல்யாணம் பண்ணியும் பிரம்மச்சாரி மாதிரி இந்த ஷண்டர்... வேலை... இத்தனை லட்சம் பேரு வேலை பார்த்தாலும் ஷண்டர் என்னிக்கும் ஒத்தை மரம்தான்... தோப்பிலே தனிமரம்...”

வாக்கி டாக்கியை ஆன் செய்து பேட்டரியின் சார்ஜிங் லெவலை செக் செய்து கொண்டார் பெருவளத்தான். பிறகு வாக்கி டாக்கியில் “12603 கார்ட் ப்ளீஸ் கம் ஆன் லைன்” என்று அழைக்க எதிர் முனையிலிருந்து எத்திராஜ் “குட்ஈவினிங் சார் ..12603 கார்ட் ஆன் லைன்” என்று உடனே பதிலளித்தார். அவர்கள் இருவரும் நேர மேலாண்மையில் அப்படி ஒரு துல்லியம். ட்ரை கலர் டார்ச்சை எடுத்து எரிகிறதா என ஒரு முறை சரிபார்த்துக் கொண்டார்.

“டெஸ்ட் கால் எத்திராஜ். ப்ளீஸ் கம் டூ ப்ளாட்ஃபார்ம் நம்பர் ஃபோர்... ஆன் டைம்.”

“ஓகே சார்.”

ரஃப் ஜர்னல் புக்கை எடுத்து அன்றைய பயண விவரங்களை வேகமாக எழுதத் தொடங்கினார். “கணேசன்... 12603 கம்ப்ளெயிண்ட் எதுவும் இருக்கா?”

“எதுவும் இல்லை வாத்தியாரே கப்ளிங் எல்லாம் நீங்களே

ஒருதரம் செக் பண்ணிடுங்க இன்னிக்கு உங்க கூட வர்றது புது ஏஎல்பி... மஜாவா போயிட்டு வாங்க."

"இதுல என்னப்பா மஜா..? யார் கூட வந்தா என்ன?"

"பிரமீளா உங்கக் கூட வந்தா?"

சட்டென்று நிமிர்ந்த பெருவளத்தான் "என்னது பிரமீளாவா? புதுசா ட்ரான்ஸ்ஃபராகி வந்த பொண்ணா? என்ன கலாய்க்கறீயா?"

"இல்லை வாத்தியாரே... நான் ஏன் கலாய்க்கறேன் டூட்டி சார்ட்ல பாருங்க கேசவன் திடீர்னு லீவ்... வேற யாரும் இல்லையாம்."

"13 மணி நேரம் ட்ராவல்... நான் வேற டயபடிக் பேஷண்ட்... போதாததுக்கு யூரினரி ப்ளாடர்ல பிரச்சினை... இங்க பாரு" ஒரு பழைய கல்யாணத் தாம்பூலப் பையைத் திறந்து காண்பிக்கிறார் உள்ளே கசங்கிப்போன நாலைந்து நெகிழிப்பைகள். கூடவே கழுத்துப் பக்கம் அறுக்கப்பட்ட பழைய இத்துப்போன பாட்டில் "அரை மணிக்கு ஒருதரம் எனக்கு முட்டிக்கிட்டு வந்துடும் சூலூர்பேட்டை வரைக்குமே காலை இடுக்கிட்டுத்தான் உக்காந்திருப்பேன். கேரி பேக்கை வேற தடை பண்ணிட்டாங்களா... கெடைக்க மாட்டேங்குதுடா... பூக்காரன்... நுங்கு விக்கிறவன்... குடுக்கற கேரிபேக்கை எல்லாம் கழுவி பத்திரமா வச்சிக்கிட்டு டூட்டி பாக்கறப்ப யூஸ் பண்றேன். சொன்னா நம்பமாட்டே போன வாரம் தெரு முனையிலே குப்பைத் தொட்டியிலே தொத்திக்கிட்டு இருந்த ஒரு கேரிபேக்கை யாருக்கும் தெரியாம எடுத்து வச்சிக்கிட்டு அடுத்த நாள் டூட்டிக்கு எடுத்துட்டு வந்தேன். ரயிலை ஓட்டுற லோகோ பைலட் கேபின்ல ஒரு கக்கூஸ் வைக்க மாட்டேங்கறாங்க கேரி பேக்கை தடை பண்றாங்களாம். என்கூட வர்ற ஏஎல்பிங்க எல்லாருக்கும் இதே பிரச்சினை இருக்கு. எனக்கு அரை மணி நேரம் தாக்குப் பிடிக்கும். சில பேருக்கு ஒரு மணி நேரம் இல்லைன்னா, ரெண்டு மணி நேரம் அவ்வளவுதான்... இதுல எப்படிடா லேடி ஏஎல்பி கூட போறது?"

“இந்த பிரச்சினையாலதான் எனக்கு ப்ரமோஷனே வேணாம் அப்படின்னு ஷண்டர் டூட்டி பாத்துக்கிட்டு இருக்கேன். கிட்னியில கல்லு சேர்ந்து யப்பா மரண வலி.. போதும்டா சாமி இந்த ட்ரான்ஸ்போர்ட் டூட்டின்னு அன்னிக்கு ஓடி வந்தவன்தான்... எனக்குத் தெரியாதா அந்த வேதனை... நீங்க தொரைராஜு சார்கிட்ட பேசிப் பாருங்களேன்.”

புக்கை எழுதி முடித்துவிட்டு .வெளியே வந்தபொழுது மிகச்சரியாக துரைராஜ் எதிரே வந்தார். அவர் கையில் காஷன் ஆர்டர் லெட்டர். தான் ஓட்டப்போகிற வண்டி, அது எந்த ஸ்டேஷனில் எவ்வளவு நேரம் நிற்க வேண்டும். எத்தனை வேகம் செல்ல வேண்டும் என்பதற்கான தகவல் அறிக்கை. இந்த மாதிரி நெருக்கடியான சந்தர்ப்பத்தில் எதுவும் ஆட்சேபனை சொல்லிவிடக் கூடாது என்பதற்காகவே அவசரம் அவசரமாக தயார் செய்துவிடுவார்கள்.

“என்ன சார்... குமார் இன்னிக்கு வரலையா? நீங்களே எடுத்துட்டு வர்றீங்க?”

“அவனை ஷாலிமார் எக்ஸ்பிரஸ் வண்டி ப்ரெஷர் பைப் செக் பண்ண அனுப்பி இருந்தேன் இன்னும் ஆளைக்காணும். அதான் நானே வந்துட்டேன். இந்தாங்க... இதைப் பிடிங்க.”

“சார்... என் நிலைமை உங்களுக்கு நல்லா தெரியும். லாங் ட்ரிப் வண்டிக்கு என்னைப் போடாதீங்கன்னு சொன்னேன். ஆனா ஒவ்வொரு தரமும் லாங் ட்ரிப்தான் இப்ப என்னடான்னா கூட பிரமீளாவை ஏஎல்பியா போடறீங்க... எனக்கு பிளாடர் பங்க்சர் சார். பச்சையா சொன்னா என்னோட இடுப்பிலே இருக்கிறது ஓட்டை பலூன்... வழி எல்லாம் கேரிபேக்தான் எனக்கு டாய்லெட்... கூட ஆம்பளைங்க இருந்தா எனக்கும் பிரச்சினை இல்லை அவங்களுக்கும் பிரச்சினை இல்லை... சமயத்துலே என்கிட்டே கேரிபேக் வாங்கி அவங்களும் போயிருக்காங்க ஒவ்வொரு பேன்ட்லேயும் யூரின் நாத்தம்... எவ்வளவு தோய்ச்சாலும் போவ மாட்டேங்குது சார்.”

“என்ன பண்ணச் சொல்றீங்க? நானும் போராடி பார்த்துட்டேன் யாரு புதுசா வந்தாலும் உங்கக் கூடத்தான் போடணும்னு

ஸ்ட்ரிக்ட் ஆர்டர். உண்மையிலே இன்னிக்கு அவங்களை ஷண்டர் கூடத்தான் போடலாம்னு இருந்தேன். கேசவனோட மாமியார் இறந்துட்டாங்களாம் தவிர்க்கவே முடியலை உங்க கூட போடறதுக்கு வேற ஆளே இல்லை. பின்னாடி பேசஞ்சர் கோச் டாய்லெட்டுக்குப் போயிடுங்க.”

“சென்ட்ரல்லே எடுத்தா சூளூர்பேட்டை ஸ்டேஷன்ல நிக்கறதுக்கு சரியா ஒண்ணே கால் மணி நேரம். அதுக்கே தாங்காது சார்.. இதுல நல்கொண்டா ஸ்டேஷன்லே ராத்திரி ரெண்டேமுக்காலுக்கு எடுத்தா அடுத்தாப்புலே செகந்திராபாத் ஸ்டேஷன்தான் ஸ்டாப்பிங்... அங்க நிக்கறதுக்கு காலையிலே நாலரை ஆயிடும் யோசிச்சுப் பாருங்க நான் எப்படி எறங்கறது? பேசாம குதிச்சுத் தற்கொலை பண்ணிக்க வேண்டியதுதான்.”

“இன்னிக்குத்தான் அந்தப் பொண்ணுக்கு இங்க மொத டூட்டி... சார்ட்ல போட்டுட்டு கேன்சல் பண்ணிட்டா அப்சட் ஆயிடும். பாவம்... இன்னிக்கு பார்த்து அட்ஜஸ்ட் பண்ணிக்கங்க... அடுத்த டூட்டி லோக்கல்ல போட்டுருவோம்.”

“இப்படி செண்டிமெண்ட் டயலாக் பேசியே சமாளிக்கறீங்க... எங்கப் பிரச்சினையை யார்தான் சார் கேக்கப் போறீங்க?”

“நான் சமாளிக்கறேனோ இல்லையோ... நீங்க நல்லா சமாளிச்சிடுவீங்க... அந்தப் பொண்ணைத்தான் ஃபிளாஷர்; லைட்... ஹெட் லைட் ஹாரன் எல்லாத்தையும் செக் பண்ணச் சொல்லி இருக்கேன் ஆர்வமா போயிருக்கு... நீங்க பங்க்சுவல் ஆச்சே.. டைம் நாலேகால் ஆகுது... பிரேக் பவர் டெஸ்ட் சர்ட்டிபிகேட்டை பிரமீளாக்கிட்ட குடுக்க சின்னதுரைகிட்ட சொல்லி இருக்கேன். செக் பண்ணிப் பழகட்டும்... என்ன சொல்றீங்க? ஆல் தி பெஸ்ட்.... ஹேப்பி ஜர்னி... போய்ட்டு வாங்க” காஷன் ஆர்டர் லெட்டரைக் கையில் திணித்துவிட்டுக் கிளம்பினார். பிளாட்ஃபாரத்துக்குப் போவதற்கு முன் அவசரமாக கழிவறைக்குச் சென்று பாரத்தை இறக்கினார் பெருவளத்தான்.

நான்காவது பிளாட்ஃபாரத்துக்குப் பெருவளத்தான்

போனபொழுது உண்மையில் மிக ஆர்வமாக இன்ஜினைச் சுற்றிச் சுற்றி வந்து ஒவ்வொன்றையும் பரிசோதித்து தன் கையில் வைத்திருந்த நோட்டில் குறித்துக் கொண்டிருந்தாள் பிரமீளா.

"குட்மார்னிங் சார் ஐயாம் பிரமீளா. அசிஸ்டன்ட் லோகோ பைலட். திருச்சியிலேர்ந்து ட்ரான்ஸ்ஃபர் ஆகி வந்திருக்கேன். உங்களுக்கும் சொந்த ஊரு திருச்சிதான்னு சொன்னாங்க உங்களைப் பத்தி நெறைய கேள்விப்பட்டிருக்கேன்... உங்க கூட ஃபர்ஸ்ட் டூட்டி... உண்மையிலேயே ஐயாம் லக்கி சார்."

'என் கூடவா? பொழப்பு நாறிப் போயிடும்' என்று மனசுக்குள் சொல்லிக் கொண்டார். முகத்தில் வலுக்கட்டாயமாகச் சிரிப்பை வரவழைத்துக் கொண்டு "தேங்க் யூ" என்று சொல்லிவிட்டு கப்ளிங்கை ஒரு தரம் பார்த்துவிட்டு, வுடன் வெட்ஜெஸ் எடுத்தாயிற்றா என எல்லாவற்றையும் சுற்றிப் பார்த்தார்.

"சார்... நான் எல்லாத்தையும் செக் பண்ணிட்டேன் சார். எவரிதிங் ஓகே" என்றாள் பிரமீளா. முதல் பாசஞ்சர் ட்ரெயின் பயண சந்தோஷத்தில் மிதந்தாள்.

"ஓ... குட்..." என்றபடி கேபினுக்குள் ஏறினார். எல்லாவற்றையும் ஒரு முறை பார்த்தார். தன கையில் இருக்கும் தாம்பூலப்பையை எங்கு வைப்பது என்கிற குழப்பம் அன்றுதான் அவருக்கு முதன்முதலாக வந்தது. சற்றுத் தடுமாறியபோது பிரமீளா "சார் என்கிட்டே குடுங்க நான் வச்சிக்கறேன்" எனக் கேட்டாள்.

"இருக்கட்டும்மா பரவாயில்லை" என்று முன்னிருக்கும் பேனலில் ஓரமாக வைத்தார். வாக்கி டாக்கியை எடுத்து எத்திராஜை அழைத்து எல்லாம் ஓகே என்று தகவல் சொன்னார். ஆல்ரைட் சிக்னல் கிடைத்ததும் ஒரு லாங் ஹாரனும் கூடவே ஒரு ஷார்ட் ஹாரனும் கொடுத்தார். அது பூம் என்று ஒரு முறை சத்தமாக அலறி பின் மெலிந்த குரலில் பூம் என்று ஒரு சிற்றொலியை எழுப்பியது. மிகச் சரியாக 16:45 ஆன பொழுது வண்டியை ஸ்டார்ட் செய்தார்.

பிரமீளா மிகச் சப்தமாக "மெயின் லைன் ப்ரோசீட் சார்" என்று குரலெழுப்பினாள். அவளது குரலில் பெருமிதம் கரை புரண்டோடியது.

“எஸ் ப்ரொசீட்” ரேஸ் குதிரையின் கம்பீரத்துடன் அதே நேரம் மிக மெல்லமாக ஹைதராபாத் எக்ஸ்பிரஸ் இரும்புத் தடத்தில் உருளத் தொடங்கியது.

“ஸ்பீட் கண்ட்ரோல் டீட்டெயில் பார்த்துச் சொல்லுவியாம்மா.”

“சொல்லுவேன் சார்.”

“ஓகே அப்பப்ப விஜிலன்ஸ் கண்ட்ரோல் டிவைஸ் பொத்தானை அழுத்தணும். நான் மறந்தாலும் நீ மறக்கக் கூடாது. அப்புறம் பேக்சைடு பார்த்துட்டே வரணும்.”

“ஏற்கனவே கூட்ஸ் ட்ரெயின் போயிருக்கேன் சார். எனக்கு பழக்கம்தான்.”

“நல்லது... அப்பா அம்மா எங்க இருக்காங்க? திருச்சியிலேயா..?”

“அப்பா நான் ரெண்டாம் கிளாஸ் படிக்கும்போதே தவறிட்டாங்க சார். அம்மா மட்டும்தான். எங்க தாய் மாமாதான் என்னை வளர்த்துப் படிக்க வச்சது எல்லாம்... எங்கம்மா திருச்சியில மாமா வீட்டுலதான் இருக்காங்க...”

“அடடா... கூடப் பொறந்தவங்க?”

“யாருமில்லை சார் நான் ஒருத்திதான்.”

ஒரு கணம் யோசித்து அவளைத் திரும்பிப் பார்த்த பெருவளத்தான் “அப்படின்னா நீ என்னை அப்பாவா நெனச்சுக்கோ” என்றார்.

திகைப்புடன் அதே நேரம் ஒரு மெல்லிய சந்தோஷத்துடன் அவரைப் பார்த்தாள் பிரமீளா.

“என்னடா பார்த்த ஒரு நிமிஷத்துலேயே இப்படிச் சொல்றானேன்னு நெனைக்காதே. எத்தனை வயசான ஆளா இருந்தாலும் ஒரு ஆம்பளைன்னு வந்துட்டா அவன் கூட ஒரு கேபின்ல தனியா வர்றது எத்தனை சங்கடம்னு எனக்குத் தெரியும். நீ பயப்படாம ஒரு அப்பா கூட ட்ராவல் பண்றமாதிரி நெனைச்சுக்க.”

"சார் நீங்க நம்புவீங்களோ என்னவோ எனக்குத் தெரியாது உங்களைப் பார்த்து எனக்கு அந்த பயமெல்லாம் வரவே இல்லை சார்."

"சந்தோசம்... இன்னொரு காரணமும் இருக்கும்மா.. அதைக் கொஞ்சம் விளக்கமா சொல்லணும்...போரடிக்கும் பரவாயில்லையா?"

"சொல்லுங்க சார்."

"நான் ஒரு டயபாடிக் பேஷன்ட்.... இப்ப ஒரு வருஷமா சிஸ்டிட்டிஸ் பிரச்சினை. டாய்லெட்டே இல்லாத கேபின்ல மணிக்கணக்கா ட்ராவல் பண்ணி யூரினை அடக்கி அடக்கி இப்ப யூரினரி பாத்ல பிரச்சினை. ரொம்ப நேரம் அடக்கி வச்சா அடிவயித்துலே வலி உயிர் போயிடும்... ஒரு டம்ளர் யூரின் போறதுக்குள்ளே ஒரு சொம்பு அமிலத்தைக் குடிச்ச மாதிரி எரிச்சலும் வலியும் ஆளைக் கொன்னு எடுத்துடும். ராத்திரியிலே அசந்து தூங்கிட்டேன்னா அவ்வளவுதான் கண்ணு முழிக்கறதுக்குப் பதிலா பேசாம ஒரேயடியா கண்ணை மூடிடலாம்னு தோணும்."

"சார் டாக்டர்கிட்டே காமிக்கலையா?"

"எல்லாம் காமிச்சாச்சும்மா மாத்திரையிலேயே சரியா போயிடும்னு குடுத்துருக்காரு... ஆனா யூரின் வந்தா அடக்காதீங்க உடனே போயிடணும்னு சொன்னார் ஆனா நம்ம பொழப்பு அப்படி உடனே போற மாதிரியா இருக்கு? ஸ்டேஷன் ஸ்டாப்பிங் ஸ்பீட் ரிப்போர்ட்டை எடுத்து ஒவ்வொரு ஸ்டேஷன்லேயும் எத்தனை நிமிஷம் நிக்கணும்னு பாரு."

பிரமீளா அந்தப் பேப்பரைக் கையில் எடுத்து ஒரு முறை பார்த்தாள்.

"என்ன சார் இது குண்டூர்ல ஒன்பது நிமிஷம் அப்புறம் செகந்திராபாத்லே அஞ்சு நிமிஷம். மத்த இருபது ஸ்டேஷன்லேயும் ஒரு நிமிஷம்தான் நிக்கணும்."

"பதிமூணு மணி நேர ட்ராவல் மொத்தம் பதினாலு நிமிஷம்தான்

நமக்கு ரெஸ்ட். அதுக்குள்ளதான் நாம சாப்புடணும், யூரின் போகணும், இறங்கி சூடா ஒரு டீ குடிக்கணும். இந்தத் தாம்பூலப்பையைப் பார்த்தியே அதுக்குள்ளே என்ன இருக்குன்னு நினைக்கிறே? கேரிபேக்ஸ்... எனக்கு ஒருமணி நேரமே தாங்காது ரெண்டு கேரிபேக் செலவாயிடும். என்னைப் போயி லாங் ட்ரிப்லே போடறாங்க."

"சார்..."

"இதுக்கு நீ ஒண்ணும் பண்ண முடியாதும்மா... இதுவரைக்கும் என் கூட லேடி ஏஎல்பி யாரும் வந்ததே இல்லை... வாடகைக்கு வீடு பாக்கறப்போ டாய்லட் சுத்தமா இல்லைன்னு பொண்டாட்டியும் பிள்ளைங்களும் சொன்னாங்கன்னு ரெண்டாயிரம் கூட தந்து நல்ல டாய்லட் இருக்கற வீடா பாத்து குடி வச்சிருக்கேன். இங்க முட்டிக்கிட்டு வந்தா போறதுக்கு ஒரு முட்டுச்சந்து கூட இல்லை... நம்ம பொழப்பு அப்படி."

என்ன பதில் சொல்வதென்று தெரியாமல் விழித்தாள் பிரமீளா.

"ஒரு வேடிக்கை என்னன்னா நிர்வாகம் ஒட்டுமொத்தமா என்னை இந்த இரயில் ஓட்டுற மெஷினா நெனைக்குது. ஒரு நாள் கூட லீவு எடுக்காத நடுவுல ரிப்பேர் ஆகாத மெஷினா இருக்கணும்னு நினைக்குது. என் குடும்பத்துக்கு நான் சம்பாதிக்கிற மெஷின். ஒரு நாள் கூட வேலைக்குப் போகாம இருக்கணும். ஆனா ஒத்தை ரூபா கூட கொறையாம சம்பளம் வாங்குற மெஷினா இருக்கணும். நான் ரெஸ்ட் எடுக்கணும்னு ஆசைப்படறாங்கன்னு நெனைச்சுடாதே. வீட்டுல இருந்து அவங்களுக்கான வேலையை எல்லாம் முகம் சுளிக்காம செய்யணும். எனக்குள்ள இருக்கற கிட்னி, லிவர், லங்க்ஸ் இது எல்லாம் சும்மா வெறும் ஸ்பேர் பார்ட்ஸ். நாள் முழுக்க நாய் மாதிரி ஒழைக்கணும். ஆனா தேயக்கூடாது. தேய்ஞ்சுட்டா அதை எல்லாம் நான் பத்திரமா வச்சிக்கலைன்னு குத்தம் சொல்லிட்டு போயிட்டே இருப்பாங்க."

"அப்படி எல்லாம் நினைக்காதீங்க சார்... நீங்க எவ்வளவு திறமையானவர்னு திருச்சி வரைக்கும் தெரியும். அப்படித்தான் உங்க வீட்டுலேயும் நினைப்பாங்க."

“வளர்ப்பு நாய்க்கு தங்கத்துல செயின் போடறமாதிரி அது...” என்று சொல்லிவிட்டுச் சிரித்தார் கும்மிடிப்பூண்டி இரயில் நிலையத்தைத் தாண்டியாயிற்று. இப்பொழுதே இடுப்பிலிருந்து நீர் ஓடிவந்து காலிடுக்கில் எட்டிப்பார்ப்பது போல ஒரு உணர்வு இன்னும் எளாவூர், ஆரம்பாக்கம், தடா, அக்கம்பேட் நிலையங்களைத் தாண்டினால்தான் சூலூர்பேட்டை.... எப்படியும் முக்கால் மணிநேரம் ஆகிவிடும்.

லேசாக இருட்டடத்தொடங்கியது. மழை வருவதற்கான அறிகுறிகள் தென்பட்டன காற்று குளிர்ந்து அவ்வப்பொழுது அவர் காதருகே உற்சாகமாக விசில் அடித்துவிட்டுச் சென்றது. வறண்ட வாழ்வின் சுமைகள் கால் வைக்க இடமில்லாத பேருந்தின் படிகளில் பயணிப்பது போல நெருக்கியடித்தன. கைக்கு எட்டிய ஜன்னல் கம்பிகளைக் கைவிரல்கள் இறுகப்பற்றி இருப்பது போல இயற்கையின் ஏதோ ஒரு வனப்பு அல்லது ஒரு சுகம் இப்படியாக விழாதபடிக்குப் பிடித்திருக்கிறது.

“நீ சூலூர்பேட்டை சம்சா சாப்பிட்டு இருக்கியா?”

“இல்லை சார் நான் இந்தப் பக்கமே வந்தது இல்லை பெரும்பாலும் மதுரை, திருநெல்வேலி நாகர்கோயில் இப்படி எல்லாம் சவுத் சைடு சார் அதிகபட்சம் திருவனந்தபுரம் போயிருக்கேன் எல்லாம் கூட்ஸ்தான்.”

“சம்சாவுக்கு தொட்டுக்க காரச்சட்னி வச்சித் தருவாங்க இல்லன்னா பச்சை மொளகா.”

“பச்சை மொளகாவா.”

“ஆமா... ஆனா செம டேஸ்ட்டா இருக்கும் ட்ரை பண்ணி பாரு...”

இடையிடையே மிகச்சரியாக வண்டியின் வேகம் குறித்த அறிக்கையைப் படித்து நினைவூட்டியபடியே வந்தாள்.

“நான் ஜாயின் பண்ணி ஒரே வருஷத்துலே நான் போன வண்டியிலே ஒரு ரன் ஓவர் சார்.”

சட்டென்று அவளைத் திரும்பிப் பார்த்து, “அப்படியா?” என்றார்.

“ஆமா சார் கன்னியாகுமரி போயிட்டு இருந்தோம். விருதுநகர் தாண்டி பத்து கிலோமீட்டர் போயிருப்போம். இதே மாதிரி இருட்டற நேரம். திடீர்னு தலையை விரிச்சுப் போட்டுட்டு ஒரு அம்பது வயசு அம்மா ட்ராக் பக்கத்துல உள்ள தெருவிலேர்ந்து ஓடி வந்து இஞ்சினுக்கு நேரா கத்திக்கிட்டே வருது. பார்த்த உடனே புரிஞ்சிடுச்சு. வீட்டுல எதோ பிரச்சினைன்னு. சவுந்தராஜன் சார்னு ஒரு எல்பி அவரு எவ்வளவோ ட்ரை பண்ணினாரு. சும்மா முன்னூறு மீட்டர் தூரம்தான் இருக்கும், இஞ்சினுக்குப் பின்னாடி நாற்பத்திரெண்டு வெகிக்கல். அவ்வளவு ஷார்ப்பா பிரேக் பிடிக்க முடியலை. கண்ணெதிரே சார்... நாலுநாள் தூங்கவே இல்லை சார்.”

“கொடுமை... நமக்கு ஒரு சம்பந்தமும் இருக்காது... ஆனா என்னமோ நாமளே கொலை பண்ணினமாதிரி குற்ற உணர்ச்சி நெஞ்சை அறுக்கும். நம்ம ஸ்டேஷன்லே தங்கவேலுன்னு ஒரு எல்பி இருந்தாரு. அவருக்கு அப்ப ஹௌரா வண்டி அலகேஷன். நெல்லூர்கிட்ட ஒரு கல்யாண கோஷ்டி வேன்ல வந்துகிட்டு இருந்துச்சு. ஆளில்லா கேட் க்ராஸ் பண்ணிடலாம்னு அந்த டிரைவர் குறுக்க வந்துட்டான். அவங்க துரதிர்ஷ்டம் ட்ராக் மேல வண்டி ஆஃப் ஆகி நின்னுடுச்சு. அம்பது மீட்டர்தான் கேப் அவங்க கெட்ட நேரம் வேன் கதவு வேற தொறக்கலே. கல்யாணம் பண்ணின பொண்ணு மாப்பிள்ளை அவங்க அம்மா அப்பான்னு பன்னெண்டு பேர் அதே இடத்திலேயே... வாழ்க்கையே அப்பத்தான் துவங்கி இருக்கு அப்படின்னு நெனச்சிட்டு இருந்திருப்பாங்க. அந்த துக்கம் தாங்காம ஒரு வாரம் தூங்காம கொள்ளாம மன உளைச்சல் அதிகமாகி ஒரு வாரம் கழிச்சு தங்கவேலு தற்கொலை பண்ணிக்கிட்டாரு.. தப்பு செஞ்சவரு அவரில்லை; ஆனா தண்டனை அவருக்கும் அவரு குடும்பத்துக்கும்...”

“இத்தனை வருஷ சர்வீஸ்ல உங்களுக்கு ஒரு ரன் ஓவர் இன்சிடென்ட் கூட இல்லைன்னு பேசிக்கிட்டாங்க சார்.”

“அது தெறமை இல்லைம்மா அதிர்ஷ்டம்.”

தடா நிலையம் தாண்டியது. பிரமீளா பேனல் அளவீடுகளை

ஆர்வமாகக் குறித்துக் கொண்டிருந்தாள்.

பெருவளத்தான் இடுப்பில் வெந்நீர் சட்டியைக் கட்டி வைத்தது போல சூடும் வலியும் பின்னியது. அவரது வலிகளை முகம் காட்டிக்கொடுத்துக் கொண்டிருந்தது.

“என்ன சார் ஆச்சு?”

“ஒண்ணுமில்லைம்மா... வழக்கமா வர்ற வலிதான்...” திரும்பி நின்றுகொண்டு வயிற்றைப் பிடித்துக்கொண்டார்.

“தண்ணி குடிக்கறீங்களா சார்.”

“எனக்கு இப்ப எதிரியே தண்ணிதான். ஒத்தைப் பாயி வூடுன்னு எங்க கிராமத்துப் பக்கம் சொல்லுவாங்க ஒரு ஆள் உள்ள இருந்தா பாயை விரிச்சுப் படுத்துக்கலாம். ரெண்டாவது ஆள் உள்ள போனா பாயைச் சுருட்டிட்டு உக்காந்துக்கலாம். மூணு பேருன்னா நின்னுக்கலாம். அவ்வளவு சின்ன வீடுங்கறதுக்காக சொல்லுவாங்க. ஒத்தைச் சொம்பு பை எனக்கு... உள்ள இருக்கற விருந்தாளியை அனுப்புனாத்தான் அடுத்த சொம்பு குடிக்க முடியும். என்னிக்காவது ஒருநாள் யூரினே வராம அடைச்சிப் போச்சுன்னா, அன்னிக்கு நீங்க ரொம்ப சீரியஸ் ஆயிடுவீங்க ஜாக்கிரதைன்னு டாக்டர் சொல்லி இருக்கார்.. அதுவரைக்கும் பிரச்சினை இல்லை.” வலியைப் பொறுத்தபடி வலிந்து புன்னகையை வரவழைத்துக் கொண்டு சொன்னார்.

சூலூர்பேட்டை இரயில் நிலையம் வந்தபோது கிட்டத்தட்ட தெப்பலாக நனைந்து போனார். அத்தனை வியர்வை...... வண்டியை நிறுத்திவிட்டு அருகில் இருந்த கோச்சுக்குப் போகும் முன்னர் அந்த அவசரத்திலும் “சம்சாவுக்காகக் கீழ இறங்கிடாதம்மா.. விக்கிற பசங்களே இஞ்சினுக்கு வந்துடுவானுங்க” என்றபடி ஓடுவதுபோல இறங்கினார்.

பிரமீளா நிலையத்துக்கான சம்பிரதாய சைகைகளைப் பரிமாறிவிட்டு கார்டிடம் கிளியரன்ஸ் கேட்க வாக்கி டாக்கியில் அழைத்தாள். எத்திராஜ் செக் செய்துவிட்டு அழைப்பதாக பதிலளித்ததும் சற்று நிம்மதியானாள். இன்னும் முப்பது

செகண்ட் ஆகலாம். அதற்குள் பெருவளத்தான் வந்து ஏறிக்கொள்ள வேண்டும்.

சம்சா பையன் மின்னல் போல வந்து மிளகாயுடன் வைத்து ஒரு துண்டு பேப்பரில் மடித்து அவளிடம் தரும்போது திகைப்புடன் ஒரு கணம் அவளைப் பார்த்தவன், மறுகணம் எதையும் யோசிக்காமல் அவளிடம் திணித்துவிட்டு "இருபது ரூபாக்கா. புது டிரைவரா?" என்று கேட்டுவிட்டு. பணத்தை வாங்கியதும் பதிலை எதிர்பாராமல் ஓடினான்.

திரும்பவும் வண்டி ஒரு நிமிடத்தில் கிளம்புவதற்கான ஒலியை எழுப்ப அவள் எத்தனித்தபோது பெருவளத்தான் வந்து ஏறிக்கொண்டார். எத்திராஜ் அழைத்து எல்லாம் ஓகே என்றபின் ஒலியை எழுப்பினார் பெருவளத்தான். பாட்டிலைத் திறந்து மடக் மடக்கென்று தண்ணீரைக் குடித்தார்.

பிரமீளா சம்சாவையும் மிளகாயையும் ஒரு பேப்பரில் வைத்துக் கொடுத்தாள்.

"அய்யய்யோ எனக்கு வேணாம்மா காரம் உள்ளே போச்சுன்னா அப்புறம் துணைக்கு ஒரு பாட்டில் தண்ணி உள்ள போகணும் அவ்வளவுதான் ஓட்டைக் குடத்தை இடுப்புல கட்டிக்கிட்டு திரியற கதை ஆயிடும். நீ சாப்பிடு சின்ன வயசுப் பிள்ளை."

இரவு கவிந்தது. வளர்பிறை என்பதால் துண்டு நிலா ஒரு குழந்தையைப் போல வானில் தவழ்ந்தபடி கூடவே வந்தது. அத்தனை பயணிகள் வண்டி முழுக்க நிரம்பி வழிந்தாலும் லோகோ பைலட்டுகளுக்கு நிலாதான் உற்ற துணை. மழை இடி இருள் காடு மலை இப்படி எல்லாவற்றிலும் புகுந்து நீந்தித் துணைக்கு வருவது அதுதான்.

"காலிங் லோகோ பைலட்" எத்திராஜ் குரல் கொடுத்தார்.

"ஆன் லைன் எத்திராஜ்."

"ஒரு சின்ன சேஞ்ச் கூடூர் ஜங்க்ஷன்லே த்ரீ மினிட்ஸ் ஸ்டாப்பிங்."

"ஓகே எத்திராஜ் தேங்க் யூ ஓவர்."

“அப்பாடா கூடூர் லே கூட ரெண்டு நிமிஷம் நிக்கலாம்” என்று சொல்லிவிட்டு இன்னும் அரை பாட்டில் தண்ணீரைக் குடித்தார்.

“டிபன் வச்சிருக்கியாம்மா.”

“இல்லை சார் வழியிலே வாங்கிக்கலாம்னு.”

“ஒண்ணும் பிரச்சினை இல்லை... காவாலிக்கு எட்டரைக்குப் போயிடும் நல்ல இட்லி கிடைக்கும். இன்னும் கொஞ்சம் பொறுத்தின்னா ஓங்கோல் ஒன்பதேகாலுக்கு போயிடலாம். அங்க நல்ல தோசை சட்னி கிடைக்கும் இஞ்சினுக்கே வந்துடுவானுங்க.”

இரவு இரண்டே முக்கால் மணிக்கு நல்கொண்டா வந்ததும் பெருவளத்தான் அவசரமாக இறங்கி கழிவறையைத் தேடி நிற்கும்போது மழை நின்றபின் மரத்தின் இலைகளில் இருந்து தேங்கிய நீர் சொட்டுச் சொட்டாக வழிவது போல, சிறுநீர் மெல்ல வெளியேறியது. பேண்டின் மீது சிறிது நனைத்து துர்நாற்றத்தை விசிறியது. எதையும் யோசிக்க முடியாது. இனி செகந்திராபாத் போனால்தான் இறங்க முடியும். நல்கொண்டாவில் ஒரு நிமிடம்தான் நிற்க அனுமதி. அவசரம் அவசரமாக பள்ளிக்குச் செல்லும் பிள்ளையின் நோட்டுப் புத்தகங்களைத் தோள் பையில் திணிப்பது போல மீண்டும் பேன்டுக்குள் திணிக்கும்போது எஞ்சிய நீரும் ஒழுகிப் பரவி இன்னும் மோசமாக நாறியது. ஒரு வெறிநாயின் வேகத்துடன் ஓடி வந்து இஞ்சின் கேபினுக்குள் ஏறிக்கொண்டார் பெருவளத்தான்.

அங்கிருந்து வாலிகொண்டா நிலையம் வரும் வரை பிரச்சினை எதுவும் இல்லை. வண்டி நல்கொண்டாவைத் தாண்டி ஐம்பது நிமிடங்கள் ஆகிவிட்டதால். மீண்டும் வலி உடல் நரம்புகளில் ஓடி உலுக்கி எடுத்தது. பாக்குப் பொட்டலத்தை எடுத்துப் பிரித்து வாயில் போட்டார். ம்... ஹூம்... ஆனால் வலி அடங்குவேனா என்றது. அவரையும் அறியாமல் ‘அம்மா’ என்று குரல் கொடுத்தார்.

“என்ன சார் ரொம்ப முடியலையா?”

"பரவாயில்லைம்மா எனக்கு இது பழக்கம்தான்."

"சார் நீங்க எனக்கு அப்பாதான். அந்த கேரிபேக்கை எடுத்து அந்தப் பக்கமா திரும்பி கூச்சப்படாம போங்க."

"இல்லைம்மா சமாளிச்சிடுவேன்."

"யூரினை அடக்குறது உடம்புக்குக் கெடுதல் சார் யோசிக்காதீங்க."

வேண்டாம் என்பது போல கையசைத்தார்.

நாகிரெட்டிப்பட்டி வரும்போது இரயிலின் சிறு அதிர்வு கூட ரம்பத்தால் அறுப்பது போல அதிர வைத்தது. ஒரு கையால் உயிர்நாடியை ரகசியமாகப் பிடித்துக்கொண்டார். அழுத்தினாலும் வலித்தது பெட்டி ஆடினாலும் வலித்தது. அவரை அறியாமல் கண்ணில் இருந்து கண்ணீர் பெருகி வழிந்தது.

"சார் இது ரொம்ப அநியாயம்... உங்க உடம்பை நீங்களே சித்திரவதை பண்றீங்க. எனக்கு வேற குற்ற உணர்ச்சி ஆகுது. இந்த பாட்டிலைப் பிடிங்க" அவர் பையிலிருந்து கழுத்தறுக்கப்பட்ட பாட்டிலை எடுத்து அவரிடம் தந்தாள். "இப்ப நீங்க இதை யூஸ் பண்ணலைன்னா பிரேக் ஹெண்டிலைப் பிடிச்சு நிறுத்திடுவேன்... என்ன ஆக்ஷன் வந்தாலும் நான் பாத்துக்கறேன்."

"அய்யய்யோ இந்த இருட்டுலே அதுவும் இப்படி அனாமத்தான இடத்துலே நிறுத்திடாதே. வெளையாட்டா போச்சா உனக்கு?" பல்லைக் கடித்துக் கொண்டு பேசினார்.

"எல்லா உயிரும் முக்கியம்தான் பேசஞ்சருக்கு ஒண்ணுன்னா நாம முடிவெடுப்போம்லே அப்படித்தான்... பாட்டிலைப் பிடிங்க" என்று அவர் கையில் திணித்தாள்.

அவரும் வலியின் உக்கிரத்தில் அதை வாங்கிக்கொண்டு திரும்பி நின்றபடி பேன்ட் ஜிப்பைத் திறந்தார். ஆனால் பாட்டிலுக்குள் வைப்பதற்குள் நரக வேதனையாக இருந்தது. ஒரு இரும்புக் குண்டைக் கட்டி வைத்துத் தூக்குவது போல மித மிஞ்சிய வலியில் தன்னை அறியாமல் கத்தினார். பிரமீளா திரும்பவே இல்லை. சிறுநீர் கடுகிக் கல்லாகி வழியை அடைத்துக் கொண்டு நின்றதுபோல இருந்தது. வலியைப் பொறுக்கவும் சிறுநீர்

வெளியே வருவதற்காகவும் பூனையின் வாலை வருடுவது போலத் தடவிக்கொடுத்தார். ஆனால் ஒரு சொட்டுக் கூட விழவில்லை... அக்னித்துண்டை செருகி வைத்தது போல எரிச்சல் உள்ளேயும் வெளியேயும் போய் போய் வந்தது. பெட்டியின் தாறுமாறான ஆட்டத்தில் வலி இன்னமும் மேலேறி இடுப்பு வரை பின்னி எடுத்தது. நின்ற நிலையில் இருந்து தடுமாறி விழுவது போலத் தோன்றியது. அவசரமாக பக்கத்தில் இருந்த இரும்புப் பிடியின் மீது கைகளைப் பிடிக்க பாட்டில் கைநழுவி விழுந்தது. சிறுநீர் வருவதற்கான அறிகுறியே இல்லை. அடைக்குது. ஆனால் வரவில்லை... சீரியஸ் ஆயிட்டோமோ என்று ஒரு கணம் பயந்தார். அதே சமயம் 'ம் ம்ம்மா' என்ற ஒரு கன்றின் குரல் அவர்களைக் கடந்து கேட்டது ஒரு ஆள் தலைகுப்புற விழுவது போன்ற காட்சி தோன்றி சடுதியில் மறைந்தது.

"சார் ரன் ஓவர்" என்று கத்தினாள் பிரமீளா.

"என்னது ரன் ஓவரா நீ பார்த்தியா?" அதிர்ச்சியில் நிமிர்ந்து எழுந்தார்.

"சார் எலும்பு நொறுங்குன மாதிரி சத்தம் கேட்டுச்சு."

"காலிங் லோகோ பைலட்" எத்திராஜின் குரல் பதட்டமாக ஒலித்தது.

"எத்திராஜ்."

"சார் ரன் ஓவர் மாதிரி இருக்கு. ஸ்டாப் த ட்ரெயின்."

மிகுந்த வேதனையுடன் வண்டியை நிறுத்தினார் பெருவளத்தான். வண்டி நாற்பது கிமீ வேகத்தில்தான் சென்றுகொண்டிருந்ததால் எதிர்பார்த்ததைவிட வெகு சீக்கிரத்தில் நின்றது. அடுத்து வர இருக்கின்ற பீபிநகர் ஸ்டேஷன் மாஸ்டருக்கும் கடந்து போன நாகிரெட்டிப்பட்டி ஸ்டேஷன் மாஸ்டருக்கும் தகவல் தந்துவிட்டு பிரமீளாவிடம் "மொத கோச்சுல ஒரு ஆர்பிஎஃப் கான்ஸ்டபிள் இருக்காரு பயப்படாதே. அவர்கிட்ட விஷயத்தைச் சொல்லு" என்றபடி கேபினில் இருந்து இறங்கி எத்திராஜை

நோக்கி ஓடினார். எத்திராஜ் ஏற்கனவே இறங்கி தான் நின்ற இடத்திலிருந்து டார்ச்சை அடித்துக் காண்பித்தார்.

மூச்சிரைக்க வந்து நின்ற பெருவளத்தான் "நீங்க பாத்தீங்களா எத்திராஜ்?"

"ஆமா ஆனா என்னாச்சுன்னு இருட்டுல புரியலை... ஒரு கன்னுக்குட்டி ஒரு வேட்டி கட்டுன ஆளு கூட இருந்தது மாதிரி தெரிஞ்சது. டார்ச் வெளிச்சத்துல அவ்வளவுதான் பாக்க முடிஞ்சது."

"சரி வாங்க போயி பார்ப்போம்."

"இந்த இருட்டுலயா அதுவும் கிராமமா இருக்கு. கூட்டம் சேர்ந்துச்சுன்னா பிரச்சினை. ஆயிடும் கண்ட்ரோல் ரூம்க்கு சொல்லிட்டீங்கள்லே. ஆர்பிஎஃப் வருவாங்க... அவங்க பாத்துக்குவாங்க நமக்கு இன்ஸ்ட்ரக்ஷன் வரட்டும்."

"இல்லை எத்திராஜ் ஒருவேளை ஆளுக்கு அடிபட்டிருந்தா நம்மாலதான் சரியா அடையாளம் சொல்ல முடியும், ப்ளீஸ் வாங்க. பக்கத்துல இருக்கறவங்க ஹெல்ப்பை கேட்டுக் காப்பாத்திடலாம். அனாவசியமா ஒரு உயிர் போயிடக் கூடாது வாங்க" சொல்லிவிட்டு ட்ராக்கில் தைரியமாக ஓடினார். இப்போது அவருக்கு வலி ஒரு பொருட்டாகத் தெரியவில்லை. வேறு வழி இல்லாமல் கூடவே எத்திராஜும் ஓடினார்.

சில நிமிட தூரத்தில் அந்த இடத்தை அவர்கள் அடைய முடிந்தது. ஒரு வயதான கிராமத்து ஆள் .தலையில் கையை வைத்துக்கொண்டு ட்ராக்கின் ஓரத்தில் குத்துக்காலிட்டு அமர்ந்தபடி அழுதுகொண்டிருந்தார். இவர்களைப் பார்த்ததும் தெலுங்கில் ஏதோ புலம்பியபடி தலையில் அடித்துக் கொண்டார்.

டார்ச் லைட்டை ட்ராக்கில் அடித்தபொழுது கன்றின் முகம் பளிச்சென்று தெரிந்தது. உடல் மீது சக்கரம் ஏறி இருந்தது. முகம் துளி காயம் கூட இல்லாமல் துடைத்து வைத்த பாத்திரம் போல் அத்தனை தெளிவாக இருந்தது. அதன் கண்களில் இருந்த ஒளி மறையவே இல்லை. மரணத்தின் எந்தத் தடயத்தையும்

வலியையும் அதன் முகத்தில் கண்டுணர முடியவில்லை. கன்றின் அருகில் சென்று அதன் முகத்தைத் தடவிய பொழுது அவரையும் அறியாமல் 'அம்மா' என்று பெருவளத்தான் கத்தினார். அத்தனை நேரம் வர மறுத்து நிரம்பி அடைந்து கிடந்த பெருவெள்ளம் அவரையும் அறியாமல் உடைந்து பெருக்கெடுத்து காலிடுக்கின் வழியே ஒழுகி பாதங்களின் மீது தேங்கிப் பின் வழிந்து ஓடியது. ஒரு பெரும் பாறாங்கல்லைச் சுமந்து ஓடி வந்து பின்னர் இறக்கி வைத்தது போல அத்தனை வலியும் நீரோடு ஓடி ஒளிந்துகொண்டது

கடைசியாக கேட்ட ம்...ம்மா என்ற குரல் கன்றின் உடம்பில் குடிகொண்டிருந்த உயிரின் ஒலி போலத் தோன்றியது. "என்னைப் பெத்த தாயே" என்று கன்றின் முன் அமர்ந்து அழுத பெருவளத்தானை விநோதமாக நோக்கிய அந்த கிராமத்து நபர் தன் அழுகையை நிறுத்திவிட்டு, அவரையே பார்த்துக்கொண்டிருந்தார். காற்றில் கலந்திருந்த கன்றின் ஆன்மா அவர்கள் மீது படர்ந்து தழுவியது. பிறை நிலா நகராமல் அவர்களையே உற்றுப் பார்த்துக் கொண்டிருந்தது.

★★★

நெய்வேலி பாரதிக்குமார்

நெய்வேலி பாரதிக்குமார் என்கிற புனைபெயரில் எழுதிவரும் ச.செந்தில்குமார் என்.எல்.சி. நிறுவனம் சுரங்கத்தில் கூடுதல் முதன்மை மேலாளராக (ACM) பணிபுரிகிறார்.

இதுவரை மூன்று சிறுகதைத் தொகுதிகள், மூன்று கவிதைத் தொகுதிகள், ஒரு குறுநாவல், ஐந்து கட்டுரைத் தொகுதிகள் என, மொத்தம் பன்னிரண்டு நூல்கள் வெளிவந்துள்ளன. அமேசான் கிண்டிலில் மின்னூல் ஒன்று வெளிவந்துள்ளது.

இரண்டு குறும்படங்களை இயக்கியுள்ளார். ஒரு ஆவணப்படத்திற்கு ஒளிப்பதிவு செய்துள்ளார். இவரது விழிப்புணர்வுக் கதைகளைத் தமிழ்நாடு அரசு சுகாதாரத்துறை விளம்பரப் படமாகத் தயாரித்து வெளியிட்டு இருக்கிறது.

இரண்டு திரைப்படங்களுக்கு வசனமும் எழுதியுள்ளார். இதுவரை 35க்கும் மேற்பட்ட இலக்கியப் போட்டிகளில் பல்வேறு பரிசுகள் பெற்றுள்ளவர்.

திருவில்லிபுத்தூர் கலை இலக்கியப் பேரவை சார்பில் சிறந்த எழுத்தாளர் விருது, நெய்வேலி புத்தகக் கண்காட்சி சிறந்த எழுத்தாளர் விருது, சௌமா இலக்கிய விருது 2021, சேலம் தாரைப் புள்ளிக்காரர் அறக்கட்டளை சார்பில் இலக்கிய விருது, தமிழ்த்தென்றல் இலக்கிய விருது ஆகியவற்றைப் பெற்றுள்ளார்.

அலைபேசி எண்கள் 9442470573, 8825753498, மின்னஞ்சல் முகவரி: sbharathikumar@gmail.com, வலைப்பூ இணைப்பு: www Bharathi kumar. blogspot.,com

பொடுசாள்

வா.மு. கோமு

"இவளெல்லாம் மொளச்சு மூணு எலை வுடலெ, என்னாவொரு ஏத்தமிருந்தா இத்தன நாயஞ்சொல்லுவா பாரேன் பொன்னாக்கா! பள்ளியோடம் போறது எதுக்காவன்னு கூட இவ மண்டையில் ஏறலை பாரேன்! ளேய்... மரத்தடியிலயே நின்னுட்டு சிணுங்கீட்டு இருந்தீன்னா வெளாறை எடுத்தாந்து வரிஞ்சி போடுவேன் வரிஞ்சி. அப்புறம் உங்கொப்பங்கிட்ட சொன்னாலும் ஒன்னத்தையும் பண்ட முடியாது பாத்துக்க என்னை.. உங்கொப்பன் உனக்கு செல்லம் குடுத்து குடுத்து வளத்துனதால பொச்சு அட்டாரிக்கி ஏறி உக்கோரப்பாக்குதா? பொன்னாக்கா... இவ எமசாந்து வாங்குனவ தான்! எம்பட வவுத்துல இப்பிடியொன்னு வந்து பொறந்திருக்குது பாரு!" ரெண்டொருநாளில் பிள்ளை பெக்கப்போகும் வயிற்றை வைத்திருந்த பொடுசாள் மூச்சு வாங்கிக் கொண்டு வாசலில் நின்று தன் பிள்ளை பொம்மியை சத்தம் போட்டுக் கொண்டிருந்தாள்.

பொடுசாளின் மாமியார் மாராயாள் தடியூன்றிக்கொண்டே நான்கு செம்பிளி ஆடுகளை ஓட்டிக்கொண்டு, மட்டமல்லாக்கத் திறந்து கிடந்த வாசல் படலைத்தாண்டி வந்தவள் மருமகளையும், விசும்பிக்கொண்டு வேப்பைமரத்தடியில் நின்றிருக்கும் தன் பேத்தியையும் ஒரு பார்வை பார்த்துவிட்டு எதும் பேசாமல் வீட்டின் பின்புறமாக அதனிடத்திற்குச் செல்லும் ஆடுகளின் பின்னால் சென்றாள். பக்கத்துவீட்டு கிலுவை வேலிக்கி அந்தப்புறமாய் இவளின் புலம்பலைக் காதுகொடுத்துக் கேட்டபடி இருந்த பொன்னாக்கா கோழி இறகால் தன் காதை ரசித்துக் குடைந்தபடி நின்றிருந்தாள்.

“அப்பிடி என்னதான் உம்புள்ளெ பண்டுச்சுன்னு விசயத்தைச் சொல்லாமயே மொட்டக்கட்டையா கத்தீட்டு இருந்தா எனக்கு என்னான்னு வெளங்கும்டி? அதுபாரு தேம்பித்தேம்பி அழுதுட்டு நிக்கிது. இருட்டுக்கட்டப்போகுது வீட்டுக்குள்ளார கூட்டிட்டு போயி காபித்தண்ணிகீது வெச்சுக்குடு. உம்பட மாமியாளும் ஆடுகளை மேச்சுட்டு வந்துட்டாள்ல!”

“பள்ளியோடத்துல இருந்து வந்தவ அதெல்லாம் ஒரு கௌாசு வரட்டீயை வகுத்துக்கு அறுத்துட்டுதான் போனா பொன்னாக்கா! எப்ப வந்து புத்தவப்பையை வீசீட்டு ஊருக்குள்ள ஓடினா தெரியுமா? பள்ளிக்கோடம் உட்டதீம் மையம் பறந்துட்டு ரோட்டும்பேர்ல வந்தா நேரமாவுமின்னுட்டு காட்டுவழியில வெக்குடு வெக்குடுன்னு வந்திருக்கா... வந்ததீம் பையை வீசீட்டு ஊருக்குள்ள ஓடீட்டா! எங்க போறா? எவன் ஊட்டுக்குப் போயி எறந்து தின்னுட்டு வர்றான்னு ஒரு எழவும் தெரியறதில்லெ.. ஒரு கேள்வி கேட்டா அப்பங்கிட்ட சொல்லீர்றது.. அந்தாளு என்கிட்ட, ‘பிள்ளையை ஏண்டி எப்பப் பாத்தாலும் நொட்டீட்டே இருக்குறே’ன்னு என்னையச் சத்தம் போட வேண்டியிது. தண்ணியப்போட்டுட்டு வர்ற மனுசனுக்கு அப்பிடிப் பாசம் பொத்துக்குது இவமேல! இங்க கட்டீட்டு வந்த நாள்ல இருந்து இந்த மனுசன் ஒரு சேலையாச்சிம் இந்தா கட்டிக்கோடீன்னு எடுத்துக் குடுத்திருப்பானா? செரியான பாட்டுக்காரன்னு இந்த மனுசனுக்கு என்னை திங்களூர்ல இருந்து கட்டிக்குடுத்தாங்க. ஒருவேலைக்கி ஒழுங்கா போகுதா

ஒண்ணா? அட அப்பிடித்தான் காட்டுவேலைக்கிப் போனாலும் வேலை முடிஞ்சதீம் கையோட பணத்தை வாங்குதா ஒண்ணா? வேலை வாங்குனவங்க முன்னால மண்டையைச் சொறிஞ்சுட்டு நின்னா என்ன குடுப்பான்? இன்னிக்கெல்லாம் ஒரு பொழுது காட்டுல வேலை செஞ்சா ஐநூறு ரூவா இல்லாம முடியுமா? முன்னூறு குடுத்தாலும் சலாம் போட்டுட்டு வர்ற மனுசனை வச்சுட்டு என்னத்த பண்டுறது?"

பாப்பா கண்களை வலது கையால் தேய்த்துக்கொண்டே தேம்பி அழுததும் நின்றுபோய் விசும்பினாள் அவ்வப்போது. இருந்தும் அம்மா அப்பனைப்பற்றி என்னவோ சொல்ல ஆரம்பித்திருக்கிறாளென அதைக் காது கொடுத்துக் கேட்கவும் ஆரம்பித்தாள்.

"அதையெல்லாம் இப்ப ஏன் பேசீட்டு இருக்குறே நீயி? அதான் கட்டீட்டு வந்து பத்து வருசமாச்சில்ல. இனிப் பேசி வேற புருசனையா கட்டிக்கப்போறே?"

"நீ வேற ஏம் பொன்னாக்கா... எம்பொழப்பு இப்பிடியாயிப்போச்சேன்னு நானே சீரழிஞ்சி கெடக்கேன். ஊருக்குள்ள எல்லாரு ஊட்டுலயும் டிவி ஓடுது. யாரு வீட்டுலயாச்சிம் சித்த நேரம் போயி உக்கோந்து ஒரு நாடவம் பாக்கமுடியுதா? எல்லாரு கூடயும் இந்த மனுசனுக்குச் சண்டை. சண்டைக்காரன் ஊட்டுக்கு போகப்புடாதாம். செரி நாம் போகுல.. நம்மூட்டுலயும் தான டிவி பொட்டி கெடக்குது.. அதை ரிப்பேரு பண்டித்தரலாம்ல.. நானும் ஒயரு இழுத்து ஒரு கனெக்சன் போட்டுப் பாத்துக்கறேன். அதுக்கு மாசமானா இரநூத்தம்பது குடுக்கணுமாமா! பின்ன சும்மாவா படங்காட்டுவான்? ஒரு கோட்டரு இரநூறுரூவாய்க்கி வாங்கி ஏத்தீட்டு ஊட்டுக்கு வரமட்லும் தெரியுதா! இந்தாளு சண்டைக்கட்டுனா எனக்கு என்ன வந்துச்சு? சரி காட்டுவேலைக்கிப் போவேண்டாம். சிப்காட்டு இவத்திக்காலிக்கி இருக்குது. ஒருவிசுக்கா தலைவரு கொண்டி இந்தாளை பெரிய கம்பெனில வாட்ச்மேனா நிக்க வச்சாப்ல.. ஒருவாரம் போயிருப்பாப்லயா. காரு, லாரின்னு கம்பெனிக்குள்ளார வந்தா நீக்கி உட்டு சாத்துறதுக்குக் கூட

மொடையா இந்த மனுசனுக்கு? மாசமானா சொளையா சம்பளம் வாங்கி எல்லாரு மாதிரியும் பொழைக்கலாம்னா துப்பிருக்கா இந்த மனுசனுக்கு?"

"நடந்து முடிஞ்சதையெல்லாம் இப்ப ஏன் பேசிட்டு இருக்குறே? அந்தப்பிள்ளை என்னதான் பண்டுச்சு?"

"நாளையில இருந்து பள்ளிக்கோடத்துக்குப் போமாட்டாளாம்."

"அடக்கெரகத்தெ! என்னாச்சாம்? வாத்தியாருகீது அடிச்சு வச்சுட்டாப்லையா?"

"வாத்தியாரு எதுக்குப் பிள்ளைங்களை அடிக்காங்க? பிள்ளைங்க யாரும் இவளை வெளையாட்டுக்குச் சேர்த்திக்க மாட்டேங்கறாங்களாம்.. இவ கிட்டப்போனாவே நாத்தமடிக்குதாம். வழுவுல இருந்து வர்ற பிள்ளையாம். இத்தனை பிள்ளைங்க சத்தமில்லாம ரோட்டும் பேர்ல நடந்து போயிட்டு படிச்சுட்டு தான வருதுக... இவளுக்கு தான் கேட்டதையெல்லாம் அந்த மனுசன் வாங்கிக் குடுத்துடறாப்லையே..."

"இன்னிக்கி என்ன கேக்குறா?"

"அதான் இவ சித்தப்பனூட்டுக்கு டிவி பாக்க ஓடீட்டு சாமத்துல தான வந்து படுக்கறா... டீவிலதான் அதையும் இதையும் வாங்குன்னு விளம்பரம் ஓடுதுல்ல! கிச்சுக்கும் மேல்சட்டைக்கும் அடிக்கிறதுக்கு நாத்த மருந்து வேணுமாம். அன்னிக்கி என்னடான்னா லிரில் சோப்பு வேணும்னு அப்பங்கிட்ட நச்சு நச்சுன்னு நச்சி, அது என்னடான்னா அரை டஜன் லிரில் சோப்பை வாங்கீட்டு வந்து குடுக்குது. துணிமணி எத்தனை கெடக்குது தெரியுமாக்கா இவளுக்கு... இன்னங்கொஞ்சம் வளர்ந்தாள்னா எல்லாத்தையும் கொண்டி குப்பையிலதான் வீசணும். நானும் போச்சாது போச்சாதுன்னு இத்தினிகாலம் பார்த்துட்டேன். தெனமும் அப்பங்கிட்ட எனக்கு அதுவேணும் இதுவேணும்னு கேட்டுட்டே இருக்காளக்கா. இவளே புடுங்கித் தின்னுக்குவாளாட்ட! சித்தப்பம் பிள்ளை வீடியோ கேம்ஸோ என்ன எழவோ கையகலத்துக்கு வச்சி வெளையாண்டுட்டு இருந்திருக்கா. இவ கையை வச்சிட்டு

சும்மா இருக்கணும்ல.. நான் கழட்டறேன்னு அவகிட்ட இருந்து வாங்கி அமுத்தீட்டு இருந்திருக்கா. இவ சித்தப்பங்காரன் பார்த்துட்டு இவ கையில இருந்ததைப் புடுங்கீட்டு தலையில கொட்டுக்கா வச்சு அனுப்பியிருக்கான் பாருக்கா! பத்தாதுக்கு, 'உங்கொப்பனைப்போயி வாங்கித்தரச்சொல்லி வெளையாடு போ!'ன்னு முடுக்கி உட்டிருக்கான். இந்த மவொ ஊஊஊன்னு இங்க வந்து சொல்றாக்கா! அதான் மேல நானும் ஒரு கொட்டுக்கா வச்சேன் இவளுக்கு! அங்க ஏன் போகணும் நாம, அடுத்தவங்க கிட்ட நாம ஏன் ஈடு திங்கோணும்? நம்மூட்டு சோத்தைத் தின்னுட்டு, நம்மூட்டுல கெடக்குற சோலியப் பாக்குறதை வுட்டுப்போட்டு அவிய ஊட்டுல நமக்கென்ன வேலை? அட ஒரு கேஸடுப்புக்கு வக்கில்லாம வெறவு பொறுக்கீட்டு வந்து ஆயா சோறாக்குறாளே. அவளுக்கு நாலு வெறவுக்குச்சி பொறுக்கித் தருவோம், கூட மாட அம்மாளுக்கு ஒத்தாசையா இருப்போம்னு இல்லாம இது இப்பிடி ஊடு ஊடா போயி அடிதின்னுட்டு வந்தா மனுஷி நானு என்ன தான் பண்டுவேன் சொல்லு பொன்னாக்கா?"

"சேரிச் சேரி இனிமேட்டு அவிய ஊட்டுக்கெல்லாம் போக மாட்டேன்னு சொல்லீரு பொம்மி உங்கொம்மாட்ட! இருட்டு உழுவப்போவுதுல்லொ. போயி படிக்கிற பாடத்தையாச்சிம் ஒழுங்கா உக்கோந்து படிக்கிற வேலையைப்பாரு! படிச்சாத்தானே நாளைக்கி ஒரு வேலைக்காச்சிம் போலாம். இல்லீன்னா உங்கொம்மாளாட்டையும் என்னையாட்டியும் கடலக்கா புடுங்கிப் பொறிச்சுட்டு, தட்டறுத்துட்டு, ரோட்டுவேலைக்கிப் போயிட்டுதான் திரியணும். எங்களுக்கெல்லாம் ஒரு கையெழுத்துப் போடத்தெரியாது சாமி. ரேகை வச்சித்தான் ரோட்டுவேலை சம்பளத்தையே வாங்குறோம். பனியன் கம்பெனிக்கி போனாலாச்சிம் ரெண்டு காசி பாக்கலாம்னு போனா, நாத்தமடிக்குதுன்னு எங்களையுந்தான் கூட வேலை செய்யுற பொம்பளைங்க சொல்றாளுங்க! எல்லாரு ஒடம்பும் நாத்தம் தான். செண்ட்டு அடிச்சிட்டா மட்டும் மணப்பாளுங்களா? சொல்றவ சொல்லீட்டுப் போச்சாறா... நாம படிக்கப்போனா படிக்கிறத மட்டும்தான சாமி பாக்கோணும்.

போயி டீச்சரு கிட்ட சொல்லலாம்ல சாமி! அவிங்க அந்தப் பிள்ளைங்களை மெரட்டி உடுவாங்க!” பொன்னாக்கா கிலுவைவேலிக்கி அந்தப்புறம் நின்றே பொம்மிக்கு புத்திமதி சொல்லிற்று.

அப்போதுதான் பொடுசாளுக்கு வயிற்றில் வலி துவங்கிற்று! பல்லைக்கடித்துக் கொண்டு ஜமாளிக்கலாமா என முயற்சித்தவள் ஒன்றும் முடியாமல் போகவே, ‘ஐயோ செமையா வலிக்குதுக்கா.. இவ சித்தப்பங்கிட்ட ஓடிப்போயிச் சொல்லுக்கா... இந்த மனுசன் இனி எந்தக் கடையில குடிச்சுட்டு நாயமடிச்சுட்டு நிக்காப்லையோ... பொண்டாட்டிக்கி ரெண்டு நாளோ மூனு நாளோன்னு இருக்கப்ப இந்தாளு நேரங்காலமா ஊடு வந்து சேருய்யான்னு சொன்னா கேக்குதா ஒன்னா...’ என்றபடி வாசலில் உட்கார்ந்தவள் பின்பாக சாணி தெளித்த வாசல் தரையிலேயே படுத்தாள்.

வீட்டின் பொறகடையில் ஆடுகளைக் கட்டிவிட்டு தடியூன்றிக்கொண்டு வந்த மாராயாள் வாசலில் கிடந்த தன் மருமகளைப் பார்த்து, ‘அளே! என்ன பண்ணுது உனக்கு... ஆசுபத்திரிக்கி ரெண்டு நாளா போயி கெடன்னு சொன்னா கேட்டாளா ஒன்னா? கெழவி சொன்னா கிண்ணாரக்காரிக்கி ஏறுமா? எம்பையனுக்கு வேணும்னே ஊருப்பட்ட செலவு வெக்கிறதுக்கு திரிஞ்சியாடி?’ என்று கேட்டுவிட்டு அதுபாட்டுக்குச் சென்று திண்ணையில் உட்கார்ந்து கொண்டது! பின்பாக வெத்தலையே இல்லாத வெறும் வாயையும் சப்பிக் கொண்டது. இங்கே வாசலில் இன்னும் சித்தங்கூரியத்தில் வேடிக்கை நிகழ்வு நடக்கப்போவதாயும்... அதற்காகக் காத்திருப்பது போன்றும் மாராயாள் அமர்ந்திருந்தாள். இருந்தும் தன் மகனுக்குச் செலவு மேல் செலவு வைக்கவே திங்களூரில் இருந்து இவள் வந்திருக்கிறாள் என்ற நினைப்பு அவளுக்குள் இருந்ததால் சமயம் பார்த்து நாலு ஏச்சு ஏசிடத் துணிந்தாள்.

“இனிக் காருக்காசை உங்கோயாவாடி ஊர்ல இருந்து கொண்டாந்து அவுப்பா? நேத்தே பஸ்ஸேறிப் போயி ஆஸ்பத்திரில கெடக்குறதுக்கு என்ன கேடு வந்துச்சு உனக்கு? ஊட்டுக்குள்ளார படுத்துட்டு நீயே பெத்து எடுத்துக்கலாம்னு

இருந்தியாடி? வவுத்துல இருக்குற பிள்ளைக்கி எதாச்சிம் ஆச்சின்னு வெச்சுக்கோ.. அப்பிடியே உங்கோயா ஊருக்குப் போயிரு! இங்கெல்லாம் வரப்புடாது நீயி! பையனுக்கும், எனக்கும் ஆக்கி நொட்டடறாளாமா இவொ!"

பொன்னாக்கா அவசரமாய் குண்டாங்குண்டானென ஓடி வந்து, வாசலில் கிடந்த பொடுசாளை தூக்கி நிறுத்தியது. பொம்மி பாப்பா இன்னும் ஆணி வைத்து அடித்தது போன்றே மரத்தடியில் நின்றிருந்தாள். எங்கே அம்மாகிட்டே சென்றால் மறுக்காவும் கொட்டுக்கா வைத்துவிடுவாளோ என்ற அச்சம் தான் அவளை அங்கேயே நிறுத்தியிருந்தது.

"இவ சித்தப்பங்காரன் காரை எடுக்கறான் ஆயிரத்தெட்டு நொண்ணை பேசிட்டு. அவன் பேசாம என்ன பண்ணுவான் பின்ன? உம்பட ஊட்டுக்காரன் வாயிம் சும்மா இருக்கறதில்லெ.. எதையாச்சிம் பேசி சண்டையை வாங்கிக்கறது. இப்ப ஒரு அத்து அவசரம்னா எப்பிடி காரு எடுப்பாங்க? பெட்ரோலு பங்கெ எங்கப்பனா வச்சிருக்கான்.. டேங்க்கை நப்பீட்டு போறதுக்கு? சும்மாவெல்லாம் அந்த ஈனப்பயலுக்காக காரெடுக்க முடியாது. அவன்ட்ட காசு வாங்கிக் குடுப்பீன்னா நான் காரெடுக்கறேன்னு ஒத்தக்காலல நிக்கான். 'செரி வாங்கித்தர்றேன்'னு சொல்லி வரச்சொல்லியிருக்கேன். வா, பல்லைக்கடிச்சிக்க.. கார்ல அரைமணி நேரத்துக்குள்ள நாம ஆஸ்பத்திரி போயர்லாம்! பொம்மி நீயும் வாடி!" என்று வாசலைத்தாண்டி சாலைக்கு வருகையில், மாருதியைக் கொண்டு வந்து நிறுத்திய முருகேசன் டிரைவர் சீட்டிலிருந்து இறங்கியதும் பின் கதவைத் திறந்துவிட்டான்.

அவ்வளவு அவசரமாய் ஆஸ்பத்திரி வந்து படுக்கையில் சேர்த்தியும் அது பிரசவ வலியாக இல்லாமல் பொய் வலியாகப் போயிற்று பொடுசாளுக்கு. இனி பிள்ளை பெக்காமல் வீடு செல்வதில்லையென பொடுசாள் மனதில் நினைத்துக் கொண்டாள். எத்தனை நாளானாலும் இங்கேயே கிடந்து பிள்ளையை ஏந்திக்கொண்டு தான் வழுவுக்குள் செல்ல வேண்டும் என்றே தீர்மானித்தாள். மாமியாகாரியின் பேச்சு இன்று ரொம்ப அதிகம்தான் என நினைத்துக் கொண்டாள்.

அவசரத்தில் அரிசிச் சிப்பத்தினுள் அடியில் இவளது சேமிப்பில் இருந்த மூணாயிரத்தை எடுத்துவராமல் போனது ஞாபகத்திற்கு வந்தது. எடுத்து வந்திருந்தால் பொம்மியிடம் ஆயிரத்தைக் கொடுத்து, உன் சித்தப்பன் கையில் குடுத்துடு! என்று இப்போதே கொடுத்திருக்கலாம்.

பொன்னாக்கா தன் கையிலிருந்த ஐநூறு ரூவாயை பொடுசாவின் கையில் திணித்துவிட்டு, 'அப்ப நான் முருகேசன் கூடயே கிளம்புறேன். நாளைக்கி மத்தியான பஸ்சு பிடிச்சு இங்க வர்றேன். ஆஸ்பத்திரி ஓட்டலு முன்னுக்காண்டையே இருந்துச்சுல்லொ... பொம்மியை வேணா ரெண்டு தோசை வாங்கி வரச்சொல்லி, ஆளுக்கு ரெவ்வெண்டு தோசை சாப்புட்டு படுத்துக்கங்க!' என்று சொல்லிவிட்டு அறையை விட்டு அகன்று வெளியேறியது. முருகேசன் ஒன்றும் சொல்லாமலேயே பொடுசாளைப் பார்த்துவிட்டுக் கிளம்பினான்.

முருகேசன் மாரனுடைய சொந்தத் தம்பிதான். ஒரு தினுசான ஆள் என்றே எல்லோரும் சொல்வார்கள். அவன் பதினைந்து வருடமாக திருப்பூர் வேலைக்குச் சென்று வந்துகொண்டிருந்தான். என்ன வேலைக்குச் சென்று வந்தான் என யாருக்கும் தெரியாது. அவன் தன் விசயத்தை யாரிடமும் சொல்வதுமில்லை. இப்போது கொரோனா வந்து போன பிறகு திருப்பூர் செல்வதில்லை தான் என்றாலும், டூவீலரை எடுத்துக்கொண்டு கிளம்பினான் என்றால் எந்த நேரம் வேண்டுமானாலும் திரும்புகிறான் வீட்டுக்கு. சில நாட்களில் வீட்டுக்குக் கூட வருவதில்லை. இப்போதும் என்ன செய்கிறான் என ஊருக்கே தெரியாது. ஆனால் வமூவுக்குள் முதன்முதலாகச் சொந்தமாக கார் வாங்கி நிறுத்தியவன் முருகேசன்தான். ஆனால் அதிலெல்லாம் எந்தப் பெருமையும் அவனிடம் இருக்காது.

எல்லோரும் போன பிறகு அந்தத் தனியறை அமைதிக்கு வந்தது. பொம்மி இன்னமும் அம்மாவின் மீது கோபத்துடனேதான் முகத்தை உர்ரென வைத்துக்கொண்டு அறைக்குள் மேலே சுழலும் காற்றாடியைப் பார்த்தவண்ணம் நின்றிருந்தாள். தனக்கொரு தம்பிப்பாப்பாவோ, தங்கச்சிப்பாப்பாவோ

பெற்றெடுக்கத்தான் அம்மா இங்கே வந்து படுத்திருக்கிறாள் என்று உணர்ந்திருந்தாள். அவளுக்கு தம்பிப்பாப்பா மீதுதான் ஆசையாக இருந்தது. தங்கச்சி பாப்பா வந்துவிட்டாளென்றால், இவள் அப்பனை நச்சுவது மாதிரி அவளும் நச்சி ஊருப்பட்ட சாமான்களை வாங்கி வைத்துக்கொள்வாள். அவள் வந்த பிறகு அப்பன் இப்போது போலவே அப்போதும் பாசமாய் இருப்பாரா? என்ற சந்தேகமும் இருந்தது அவளுக்கு.

பொம்மிக்கி வயிறு பசியெடுத்தது. எதையேனும் திங்கலாம் போலிருந்தது. அம்மா வாயைப் பொழந்து கொண்டு மானம் பார்த்துத் தூங்குகிறாள். அப்பன் இங்கே வந்து சேருமா? எனத் தெரியவில்லை. வந்தால் கடையில் புரோட்டா வாங்கித்தரச்சொல்லிச் சாப்பிடலாம்! புரோட்டா தின்று எப்படியும் இரண்டு மாசத்துக்கும் மேலிருக்கலாம். எப்படியிருந்தாலும் அப்பன் இங்கே வந்துதானே ஆக வேண்டும்? பொடுசாளுக்கு வந்தவுடனே டாக்டர் ஊசியை புட்டத்தில் ஏற்றியிருந்தார். நான்கு வர்ணமயமான மாத்திரைகளையும் அவள் விழுங்கியிருக்க நிதானமே இல்லாமல் இரவு ஏழரை என்கிறபோதே தூங்கியவண்ணமிருந்தாள்.

இரவு ஒன்பதரை என்கிறபோதுதான் மாரன் ஆஸ்பத்திரி வந்து சேர்ந்தான். அவனுக்கு பொடுசாள் இந்த நேரம் பிள்ளையோ, பையனோ பெற்றெடுத்து தனக்குக்காட்டவென ஆசையாய் படுக்கையில் படுத்திருப்பாள் என்கிற எண்ணம் தான். கொஞ்சமாய் போதையில் இருப்பவனான இவன், யாரையேனும் விசாரித்து இவள் படுத்திருக்கும் அறையைக் கேட்டுத் தெரிந்து வர பயம் கொண்டு ஒவ்வொரு அறையாய் எட்டிப்பார்த்தவண்ணம் ஆஸ்பத்திரியையே ரவுண்டு கட்டிக்கொண்டிருந்தான்.

யாரையேனும் விசாரித்தால் இவன் துர்நாற்றம் தெரிந்து கொண்டார்களென்றால் ஆஸ்பத்திரியை விட்டே முடுக்கி விடுவார்களே! அவன் கையில் மஞ்சள் பை ஒன்றிருந்தது. அதில் நான்கைந்து புரோட்டாக்கள் அடங்கிய பார்சல் ஒன்றும், மாட்டுக்கறி சில்லி ரெண்டு பொட்டணமும்

இருந்தன. இவன் ரோட்டுக்கடையிலேயே ஒரு தட்டம் சில்லி சாப்பிட்டு விட்டு வந்திருந்தான். அந்த வாசம் இவனையே சுற்றிக்கொண்டிருப்பதாய் உணர்ந்தான். இத்தனைக்கும் வாயை ரெண்டு டம்ளர் தண்ணீர் விட்டு கொப்பளித்து கொப்பளித்து காறித் துப்பிவிட்டுத்தான் வந்திருந்தான். ஆனாலும் சில்லிவாடை அவனைவிட்டு தூரமாய்ச் செல்லவே மாட்டேன் என்கிறது.

யாரேனும் மோப்பம் பிடித்து அதிகாரிகளிடம் ரிப்போர்ட் குடுத்துவிட்டால் தனக்கு சீரழிவுதான் என சில்லி சாப்பிட்டதற்குக்கூட பயந்து பயந்து எதிர்க்கே கோட் சூட் போட்ட மனிதர் யாரையெனும் கண்டால் கூனிக்குறுகி ஓரமாய் நகர்ந்து வந்து கொண்டிருந்தான். இறுதியாக பொடுசாள் படுத்திருந்த அறையை இரண்டாவது மாடியில் கண்டறிந்தவன் ஆசையாய் அறைக்குள் சென்று பார்த்தான். இவனுக்கென அம்மிக்கல்லைக்கூட பெற்றெடுக்காமல் அவள் தூங்கிக்கொண்டிருப்பதைப் பார்க்க அவனுக்கு பொக்கென ஆயிற்று!

பின்ன எதற்காக கார் போட்டு அவசரமாய் வந்து சேர்ந்தாள்? பொம்மி பாப்பா அறையின் மூலையில் மொசைக் தரையில் குறுக்கிப் படுத்தபடி தூங்கியிருந்தாள். இருவரும் சாப்பிட்டு விட்டுத் தூங்கினார்களா? என ஒன்றும் இவனுக்கு நெகா சிக்கவில்லை. எதற்கும் பார்ப்போமென, ‘ளேய் பொடுசா! ளேய்!’ என்று அவளை தட்டினான்.

உலகத் துன்பத்தையெல்லாம் ஒரு கைமுறுக்கில் தொலைத்து விடுபவள் போல இரு கைகளையும் உயர்த்தி முக்கியபடி பொடுசாள் உடலை வளைத்து கண் திறந்து இவனைப் பார்த்தாள். பின்பாக தலையணையை உயர்த்தி வைத்துவிட்டு சிரமப்பட்டு கட்டிலில் இருந்து எழுந்து அமர்ந்தாள்.

“மணி என்ன இருக்கும்?” என்றாள்.

“பத்து மணி இருக்கும்டி! புரோட்டா வாங்கீட்டு வந்திருக்கேன், ரெண்டு மென்னு தின்னு... பிள்ளை தூங்கறாளே... எதாச்சிம் தின்னுட்டு தூங்கறாளா?”

“அவ என்னத்தைத் தின்னா? ஊசியப்போட்டு அனுப்புனாங்க.

அப்பயிருந்து தூங்கீட்டு இருக்கேன். கொலப்பசி பசிக்கிது எனக்கு. பொட்டணத்தைப் பிரியுங்க!" என்றபோது மாரன் தூங்கிக்கொண்டிருந்த மகளை 'சாமி! சாமி!' என எழுப்பிக்கொண்டிருந்தான். பொம்மி தூக்கக்கலக்கத்திலேயே 'புரோட்டா வேணுமப்பா!' என்று உலறினாள். அப்படியே தூக்கி மாரோடு கட்டிக்கொண்டான் மாரன். வாஸ்பேசினில் பைப்பைத் திருகி அவள் முகத்தைத் தண்ணீரால் நனைத்து தூக்கத்தைத் தெளிய வைத்தான்.

பின்பாக பொட்டணத்தைப் பிரித்து புரோட்டாவை சுக்கு நூறாகப் பிய்த்து அதில் குழம்பை ஊற்றிப் பிசைந்து முடித்து எடுத்துச் சாப்பிட வைத்தான். மற்றொரு பொட்டணத்தை படுக்கைமீது அமர்ந்திருந்த பொடுசா கையில் கொடுத்து சாப்பிடச் சொன்னான். சில்லி பொட்டணத்தைப் பிரித்து ஆளுக்கு ஒன்று கொடுத்து இருவரும் சாப்பிடுவதை ஆசையாய் பார்த்தான். பொம்மி சில்லித்துண்டை சவுக் சவுக்கென மெல்லுவது கேட்க இவன் காதுக்கு இனிமையாக இருந்தது.

இருவரும் சாப்பிட்டு முடித்ததும் காகிதப் பொட்டணங்களை வாங்கிச் சுருட்டி ப்ளாஸ்டிக் கூடைக்குள் போட்டான். "அப்புறமேட்டு தூக்கிக் கொண்டு போயி வெளிய வீசிடறேன்! இதுக்குள்ளயே கெடந்தா டாக்டரோ நர்ஸோ வந்தாங்கன்னா நாத்தமடிக்குதும்பாங்க!' என்றான். பொடுசாளை கைத்தாங்கலாகத் தூக்கி வாஸ்பேசினுக்குக் கூட்டிவந்து கைகழுவ வைத்து கூட்டிப்போய் படுக்க வைத்தான். பாப்பா கையைக் கழுவியதும் படுத்திருந்த மூலையிலேயே அப்படியே சுருண்டுவிட்டாள்.

"டாக்டரு என்ன சொன்னாரு பொடுசா?" இவனும் சுவரில் முதுகை முட்டக்கொடுத்து உட்கார்ந்துகொண்டு அவளை விசாரித்தான்.

"சொரக்காயிக்கி உப்பில்லீன்னுதான் சொன்னாரு!"

"இந்த லொள்ளு நாயத்தை நீயி உடு மொதல்ல! வவுத்துல இன்னொண்ணு ஆனதுல இருந்து நீயி பேசுற பேச்சே ஒண்ணுஞ் செரியில்ல தெரியுமா?"

“ஆமா! ஒண்ணுஞ் செரியிருக்காதுதான்! இப்ப அதுக்கு என்ன பண்ணலாங்கறே?”

“அட, டாக்டரு என்ன சொன்னாருன்னு கேட்டதுக்கெல்லாம் பதிலு இப்பிடியா சொல்லுவே?”

“சொல்றேன்னு தெரியுதில்ல உனக்கு, அப்புறம் ஏன் கேக்குறே? நீயெல்லாம் மனுசனாய்யா? பொண்டாட்டி இன்னிக்கோ நாளைக்கோன்னு புள்ளத்தாச்சியா இருக்காளே... கூடவே இருப்போம்ன்ற நெனப்பு இருந்துதா உனக்கு? உன் தம்பிகாரன் காரு வெச்சிருக்கானாம். ஏதோ அவன் மூஞ்சிய சுளிச்சாலும் வண்டியெ எடுத்துக் கூட்டி வந்துட்டான். அவனுக்கு பெட்ரோலு காசு யாரு குடுப்பா? இன்னிக்கி எந்தத் தோட்டத்துக்கு நீயி போயி வெட்டி முறிச்சே? எமுட்டுப்பணம் குடுத்தாங்க?”

“இந்தா இரநூத்தம்பது ரூவா இருக்குது!” மேல்பாக்கெட்டிலிருந்து பிதுக்கியெடுத்து கட்டில் மீது வைத்தான்.

“இத வச்சி நாக்கு வழிக்கவா முடியும் இத்தாச்சோட்டு ஆஸ்பத்திரியில? உன் தம்பிகாரனுக்கு பெட்ரோலு காசு ஆயிரம் ரூவா குடுக்கணும் மொதல்ல!”

“ரெண்டு நாளைக்கி வேலைக்கிப்போயி சம்பாதிச்சிக் குடுத்துடறேன்!”

“நீயி? பெட்ரோலு காசு குடுக்கவே ரெண்டு நாளைக்கி வேலைக்கிப் போகோணுமுங்கறே! உங்கோயா என்னடான்னா ‘எம் பையனுக்குச் செலவு வெக்கிறதுக்கே ஊட்டுல உக்கோந்துட்டு இருந்தியாடீன்னு கேக்குறா! அவளுக்கெல்லாம் வந்த ஏத்தத்தைப் பாரு. என்னையப்பார்த்தா அவளுக்கென்ன உம்பட ரத்தத்தைக் குடிக்க வந்த பெசாசு மாதிரி தெரியறனா நானு?”

“பெரீவீங்க வயசானா நாலு சொல்றது தானடி. இந்தக் காதுல வாங்கி அந்தக்காதுல உட்டுட்டு போயிட்டே இருக்க வேண்டீது தான நாம! அது தெனமும் கண்ணுல பட்டா என்னையுந்தான் திட்டுது.. ஆட்டுக்குட்டிகளையும் திட்டுது!”

“செரி உடு, நான் பிள்ளை பெத்தன்னா நேரா திங்களூரே போயிடறேன். நீ இப்பவே வேணாலும் உன் பிள்ளையைக்

கூட்டீட்டு ஊடு போயிச் சேரு! உனக்கும் எனக்கும் இனி ஒத்துவராது!"

"செவுனீல ஒண்ணு உட்டன்னு வெச்சுக்கோ... அப்பிடியே திரும்பிக்கும் பாத்துக்க!"

"அப்ப ஆஸ்பத்திரி செலவுக்குப் போயி உங்கோயாவோட ரெண்டு ஆட்டை வித்து நாளைக்கிக் கொண்டுட்டு வா!"

"அது ஏதோ கொழந்தைப்பிள்ளைங்க மாதிரி அதுங்களை வளர்த்தீட்டு இருக்குது. அதப்போயி வித்துடறேன்னு சொன்னா ஒத்துக்குமா எங்கம்மா?"

"அப்ப ஆஸ்பத்திரிக்கி வழி என்ன வச்சிருக்கே?"

"நீ வேலைக்கிப்போன காசெல்லாம் எங்க போச்சு?"

"ஒரு வருசமா ஊட்டுச்சோத்துக்கு என்ன வாங்கிக் குடுத்தே நீயி? சொல்லு! ஒரு தக்கோளிப்பழம் வாங்கிக் குடுத்திருப்பியா? இல்ல அரிசி எடுத்துப் போட்டிருப்பியா?"

"அதுங்களைத்தான் நீயே வாங்கீட்டியே... மிச்சக்காசு எங்கடி?"

"உங்கோயா சூத்துல இருக்கும் போயி புடுங்கீட்டு வா! ஆளப்பாரு ஆளை.. இவன் தெனமும் பட்டி கட்டுறதுக்கும், வேலி போடறதுக்கும் போவானாம். சலிப்புக்கு கோட்டர் குடிச்சுக்குவானாம். மிச்சக் காசை பிள்ளைக்கி துணிமணி எடுத்துக் குடுத்துடுவானாம். அதும் சந்தக்கடையில எடுத்தாந்து தான் குடுப்பானாம். அவன் நூத்தம்பது சொன்னா இவன் நூறுக்கு கேட்டுட்டு பொச்சை வெறச்சுட்டு திரும்புவானாம், அந்தக் கடைக்காரன் போச்சாதுன்னு நூறு ரூவாய்க்கி இவனுக்குத் தூக்கிக் குடுப்பானாம்... கட்டீட்டு வந்த காலத்துல இருந்து ஒரு சேலை எடுத்துக்குடுத்திருப்பியா நீயி? நானா காட்டுவேலைக்கி போனங்காட்டி எடுத்து ஒடம்பை மூடீட்டு சுத்துறேன். நானு எங்கீம் போகாட்டி உம்மட லுங்கியைப் போர்த்தீட்டு தான் ஊட்டுக்குள்ளயே சுத்தணும்! உனக்குக் குடி ஒரு கேடு! இப்பவும் ஏத்தீட்டு தான பொண்டாட்டி பிள்ளை பெத்திருக்காளான்னு பாக்க வந்தே... எப்படி இனி நான் உன்கூட உங்கூர்ல பொழைக்கிறது? சொல்லு!"

"ஊரு உலகத்துல நம்மளை விட பிரச்சனை உள்ளவங்க

பொழைச்சிட்டு இருக்காங்கடி! உன்னை என்ன தண்ணியப் போட்டுட்டு வந்து மிதிக்கிறனா? அடிக்கிறனா? நானுண்டு என் சாமி பொம்மி உண்டுன்னு தான பாயில கெடக்கேன்! உனக்கு இதுவுங்கூட தும்பமா?”

“நீயி? சும்ம கிடந்தியா? அப்புறம் வவுத்துல இது எப்பிடி வந்துச்சு? அந்தப் பிள்ளையை நானு எல்லாப் பிள்ளைங்களும் போறமாதிரி வேன்ல கான்வெண்ட் பள்ளிக்கோடத்துக்கு அனுப்பியுடணும்னு சொன்னன்ல. ஊருக்குள்ள எத்தனை பிள்ளைங்க வேன்ல போயி படிச்சுட்டு வருதுக! உனக்கு வக்கு இருந்துச்சா? கவருமெண்ட்டு பள்ளிக்கூடத்துலதான் பிள்ளை படிக்கோணும்னு அனுப்பியுட்டே. அங்கதான் புத்தகம் வாங்க காசு குடுக்க வேண்டியதில்ல. துணியுங்கூட குடுத்துடறாங்க. மத்தியானச் சோறும் மொட்டோட குடுக்கறாங்க. பிள்ளை மேல பாசம் பெருசா வந்துருச்சு உனக்கு? வக்கு இல்லீன்னு சொல்லு! சரி உங்கூட் என்ன நாயம் வேண்டிக்கிடக்கு எனக்கு? நீ உங்கோயாளோடவே சோறாக்கிப்போடச் சொல்லி வட்டல்ல கொட்டி இடிஞ்ச செவுத்துல மண்ணை அப்புற மாதிரி தின்னுட்டு மொக்க ரக்கையாட்ட திரி. எனக்கு உன்னோட இனியும் வரமுடியாது. எங்கய்யன் உசுரு இருக்குற வரைக்கிம் எனக்கு சோறு போட்டுடுவாரு! இந்தப்பொழப்பு இனி சாவுற வரைக்கிம் என்னைய உடாது உங்கூட இருந்தா. நீயி காட்டு வேலைக்கிப்போயி மண்டையச் சொறிஞ்சிட்டே தான் பிச்சைக்காசை வாங்கிக்கொண்டி பாட்டலு போட லாயிக்கானவன். உனக்கெல்லாம் பொண்டாட்டி ஒரு கேடு! நீ சந்தோசமா இன்னும் ரெண்டு பாட்டலு குடிச்சுட்டு நிம்மதியா இரு!”

“லேய், லொள்ளு மயிரு பேசுனீன்னா ஆஸ்பத்திரின்னு கூட பாக்க மாட்டேன் நானு!”

“என்ன அடிக்கிறியா? வா... வந்து அடி! அது ஒண்ணுதான் பாக்கி வச்சிருக்கே... அதையும் வெக்காதே!”

“எங்கப்பன் எனக்கு வேலி போட, படல் கட்டன்னு பலது கத்துக்குடுத்திருக்காண்டி! அதத்தான செய்யுறேன். தெரியாத வேலைய நான் எப்பிடி போயி செய்யுறது?”

“எந்திரிச்சு வெளிய போ நீயி மொத!”

“பத்து நாளு குடிய உட்டன்னா ரெண்டாயிரம் ரூவா மிச்சம்டி! உனக்கு நாலு சேலை ஒட்டுக்கா சந்தக்கடையில எடுத்தாந்து குடுக்கலீன்னா எம் பேரை மாத்திக்கறேண்டி!”

“நர்ஸுக வந்தா சத்தம் போடுவாங்க... நீ இங்க வீர நாயம் பேசிட்டு இருந்தா பக்கத்து ரூம்ல எல்லாம் தூங்குவாங்களா... இதென்ன உம்மட ஊடுன்னு நினைச்சியா? போ... போயி வெளிய படு. இனிப்பேசுனீன்னா எனக்கு மசக்கோவம் வந்துடுமாமா!” இவள் சொல்லவும்தான் அவனுக்கு ஆஸ்பத்திரி நினைப்பு வந்தது. மெதுவாக நகர்ந்து வெளியே வந்து பார்த்தவன் அங்கேயே நீட்டி விழுந்தான். வெளியே போய் விட்டான் மாரன் என்றதும் நிம்மதியாய் கண்ணை மூடினாள் பொடுசாள். இந்த ஒன்றோடு போதுமப்பா.. மேற்படி அதுக்கும் கையோடு ஆப்ரேசன் செஞ்சு முடிச்சுட்டுத்தான் இங்கிருந்து கிளம்போணும், என்றும் யோசித்தாள்.

இரவு நடுச்சாமம் இருக்கலாம். அவளுக்கு வயிற்றில் யாரோ உதைப்பது போலவும், அதைத் தொடர்ந்து பயங்கரமாய் வலிப்பதும் தெரியவே பல்லைக் கடித்துக்கொண்டு சப்தமிடாமல் முக்கியபடி, தலையைத் தூக்கி தலையணையை முதுகுக்கு முட்டுக் கொடுத்து அமர்ந்தாள். இப்போதே பனிக்குடம் உடைந்து தொலைக்குமோ என்னவோ! சாமத்தில் எந்த டாக்டர் ஆஸ்பத்திரியில் இருந்து இவளுக்கு பிரசவம் பார்ப்பானோ? போக நர்ஸ்களே பிள்ளையை வெளியே இழுத்து வீசினாலும் வீசி விடுவார்கள்.

ஆனாலும் மிக எளிதாக தன் பெண்குறியருகே எதோ சம்பவம் நடப்பதையுணர்ந்தாள் பொடுசாள். முதலாக பிள்ளையே வெளியில் வந்துவிட்டதாக மிரண்டு சேலையையும் பாவாடையையும் உயர்த்தினாள் பொடுசாள். உயர்த்தியதும் ‘அம்மா!’ என்ற ஆண்பிள்ளையின் குரல் அவளுக்கு மெலிதாக கேட்டது!

“நானு இந்த உலகத்துல உனக்கு பிள்ளையாப் பொறந்து அவுத்துக்கொட்டவா போறேன்? பாரு அங்க...

அக்காகாரி வாயைப் பொழந்துட்டு தூங்குறா! அப்பன் தண்ணியப்போட்டுட்டு வெளிய கெடக்கான்! உனக்கு ஒரு சேலை வாங்கிக்குடுக்க வக்கில அவனுக்கு! நான் பொறந்தாலும் அப்பன் கூட தொணைக்கி ஒரு கையா, வேலி அடைக்கத்தான் கூட்டிட்டு போவான். நம்ம குடும்பத்தை தலித்து குடும்பம்னு ஏற்கனவே வெளிய மானத்தை வாங்குறாங்க! நான் ஏன் தலித்தா பொறந்து அடுத்தவங்கிட்ட மண்டைய சொறிஞ்சிட்டு காசுக்கு நிக்கோணும்? நானு திரும்ப உன்னோட வவுத்துக்குள்ளாரயே போயி செத்துப்போயிடறேன்மா! பொறந்தாலும் இந்த டிஜிட்டல் உலவத்துல வாழ எனக்குத் தெரியாது!”

அவ்வளவுதான்!

★★★

வா.மு.கோமு

வா.மு.கோமு என்ற பெயரில் எழுதிவரும் வா.மு.கோமகன் ஈரோடு மாவட்டத்தில் சென்னிமலைக்கும் மேற்கே 12 கிலோ மீட்டரில் இருக்கும் வாய்ப்பாடி என்கிற கிராமத்தைச் சேர்ந்தவர். 91ல் திருப்பூரிலிருந்து நடுகல் என்கிற சிற்றிதழைக் கொண்டு வந்தவர். சமீபமாக நடுகல் இதழ் மீண்டும் காலாண்டு இதழாக வெளிவருகிறது. 91ல் இலக்கியக் களம் இறங்கியவரின் சிறுகதைகள் பல்வேறு சிற்றிதழ்களில் வெளியாகத் தொடங்கின. மனதில் நினைத்தவற்றை எழுத்தில் சொல்ல சிறிதும் தயக்கம் காட்டாத எழுத்தாளர் என்ற பெயரைக் கூடிய சீக்கிரமே பெற்றவர். கொங்கு வாழ்வியலை அப்பட்டமாகக் காட்டும் எழுத்துக்குச் சொந்தக்காரர் இவர்.

சோஃபியா

ராம்பிரசாத்

“குழந்தை வேண்டுமானால் திருமணம் செய்துகொள், க்ளாரா. குழந்தைக்கு ஆரோக்கியமான வாழ்வு சென்று சேர அது ஒன்று தான் வழி” டோரா இப்படிச் சொன்னபோது நாங்கள் ஆராய்ச்சிக்கூடத்தில்தான் இருந்தோம். ஆராய்ச்சிக்கூடத்தினுள்ளே மாசில்லாத சூழல் உருவாக்கப்பட்டிருந்தது.

ஆராய்ச்சிக்கூடமானது சூரியக் குடும்பத்தின் குருகிரகத்தின் துணைக்கோளான என்சிலிடஸில் இருந்தது. பூமியிலும், செவ்வாயிலும், சனிகிரகத்தின் துணைக்கோளான ஐ.ஓவிலும் மனித இனம் பரவியிருந்தது. ஆயினும், நான் வேலை பார்க்கும் தனியார் நிறுவனம், ஆராய்ச்சித்துறையில் உள்ள அறிவுத் திருட்டுகளைத் தடுக்கும் பொருட்டு யாருக்கும் தெரியாமல் என்சிலிடஸில் ஆராய்ச்சிக்கூடம் அமைத்திருந்தது.

நான் மேற்கொண்டிருந்த ரகசிய ஆராய்ச்சியின் முதல் பகுதிக்கும் இரண்டாவது பகுதிக்கும் இடையிலான நாற்பது நாட்கள் கரைந்திருந்தன.

டோரா, இவ்விதம் பிரத்தியேகமான கூடங்களைக் கட்டுவதில் வல்லவள். நான் வேலை பார்க்கும் நிறுவனம், தன் பணியாளர்களை ரகசிய இடங்களில் வைத்து ஆராய்ச்சிகள் மேற்கொள்ள வைக்கத் தேவைப்படும் கட்டுமானங்களை மேற்கொள்ள ஒப்பந்தம் செய்துகொண்ட கட்டுமான நிறுவனங்களில் பணியாற்றும் கட்டிட வல்லுனர்தான் டோரா. கட்டியபிறகு, அவ்வப்போது வந்து, கூடத்தின் ஆரோக்கியத்தை சரிபார்ப்பாள். அப்படியாக அவளுடன் எனக்கு நட்பு இருந்தது. ஏனெனில் பெரும்பாலும் தானியங்கியாக இயங்கும் ஆராய்ச்சிக்கூடத்தில் என்னையும் அவளையும் தவிர பிற எல்லோரும் எந்திர மனிதர்கள் தாம்.

அவளுக்கு மணமாகி கணவன் மற்றும் இரண்டு குழந்தைகள் இருக்கிறார்கள். அவர்கள் சனிகிரகத்தின் துணைகிரகமான ஐ.ஓவில் வசிக்கிறார்கள். இவள், தான் கட்டும் கூடங்களின் நிமித்தம் பூமி, செவ்வாய் உள்பட பல கிரகங்களுக்கும் ரகசியமாகப் பயணிக்கிறாள்.

“என் ஆராய்ச்சிப் பணிக்கிடையில் ஒரு ஆணுடன் உணர்ச்சி வயப்பட்டு ஊர் சுற்றி, அவனது படுக்கையில் காமுற்றுக் கிடக்க எனக்கு நேரம் இல்லை டோரா” என்றேன் நான்.

உண்மையும் அதுதான். உடலைப் பேணிப் பாதுகாப்பதில் எனக்கு சிறுவயது முதலே ஆர்வம் இருக்கவில்லை. என் உடலமைப்பு, ஒரு ஆணின் புகழ்ச்சி வார்த்தைகளுக்குப் பொருந்தாமல் இருப்பதற்கு அதையும் ஒரு காரணமாகச் சொல்லலாம்தான். நான் நின்றால் தோள் பகுதி எது, இடைப்பகுதி எது என்று அடையாளம் காண முடியாமல் இருப்பதாக பலர் சொல்லக் கேட்டிருக்கிறேன். பிருஷ்டத்தில் அத்தனை திரட்சி இல்லை. மார்புகளில் ஒன்று சிறிது, ஒன்று பெரிது. அதுவும் அதிக எடையின் காரணமாகத் தோய்ந்திருந்தது. என் உடலில் ஒவ்வொரு பகுதியும் மிதமிஞ்சிய அளவிலான செப்பனிடல்களைக் கோருவதாகவே இருந்தன..

பெண் உடலின் வசீகர உச்சத்தின் நிமித்தம் அவளை அண்டும் ஆண் தன்மைகளின் தரம் அமைகிறது என்பது என் வாதம். ஒரு வசீகர, திறமைசாலி ஆண் எதற்கு என்போன்ற அவலட்சணமான பெண்ணில் தேங்க வேண்டும்? அப்படி ஒரு ஆணின் கவனங்களைக் கோருவதற்கு என்போன்ற பெண்ணிடம் என்ன இருக்க முடியும், மூளைச்சூட்டைத் தவிர. எத்தனைக்கெத்தனை வசீகரம் பெண் உடலுக்கு இருக்கிறதோ அத்தனைக்கத்தனை ஆண் தன்மைகளில் தரம் அதிகம் உள்ள ஆண்கள் அவளை அண்டுகிறார்கள் என்பது என் வாதம். இந்த அவதானிப்பு தவறு என்று நீங்கள் சொல்லலாம். பாருங்கள்.. இங்கு நான் வேறுபடுகிறேன் என்பதில்தான் நான் நானாக இருக்கிறேன். அல்லவா? இந்தப் பின்னணியில், தரம் குறைந்த ஆணிடம் என் உடலைத் தர எனக்கு விருப்பமில்லை.

எல்லாமும் மூளையில் இருக்கிறது என்று நம்புபவள் நான். அப்படி ஒரு மூளை கருணையையோ, பச்சாதாபத்தையோ கோராது. ஆணின் அண்மை சமயத்தில் தேவைப்படுகிறதுதான். ஆனால், அதற்காக கெஞ்ச வேண்டியதில்லை, கையேந்தவேண்டியதில்லை என்பதே என் நிலைப்பாடாக இருந்தது.

“குடும்ப அமைப்பின் உச்சம், பிள்ளை பெறுவது. ஆராய்ச்சியின் உச்சம், பிற எல்லாவற்றையும் ஆராய்ச்சியின் நிமித்தம் புறக்கணிப்பது. இந்த இரண்டு உலகின் சிறந்தவைகள் ஒருங்கே உனக்கு வேண்டும் என்கிறாய். அது எப்படிச் சாத்தியம், க்ளாரா?. நான் திருமணத்துக்கு முன் உன் போல் தனிமையில் இருந்தவள். இப்போது கணவன், குழந்தைகளுடன் இருக்கிறேன். என் அவதானத்தில், ஆண் பெண் சமத்துவத்தை குழந்தைப் பிராயத்திலிருந்தே ஊட்டி வளர்க்க, குழந்தை தாய் தந்தை இருவருடனும் வளர்வதுதான் சரியாக இருக்கும், க்ளாரா” என்றாள் டோரா.

“சரி, எனக்கு நேரமாகிவிட்டது. ஐ.ஓ திரும்ப வேண்டும். குழந்தைகள் விளையாட்டுப் பள்ளியிலிருந்து வந்திருப்பார்கள். நீயும் உன் கோரிக்கையை மறு பரிசீலனை செய்து பார், க்ளாரா, பிராணவாயு உற்பத்தி நிலையத்தின் உதிரிப் பாகம் ஒன்றைப்

புதிதாக மாற்றியிருக்கிறேன். அதைச் சோதிக்க இரண்டு வாரங்களுக்குப் பிறகு வருகிறேன்" என்று சொல்லிவிட்டு அந்தக் கூண்டை விட்டு வெளியேறினாள் டோரா.

ஒளி ஊடுருவும் வகையினதான மனிதனை உருவாக்கும் முயற்சியில் இருந்தேன் நான். நோக்கம் என்று ஒன்றுமில்லை.

நான் வேலை பார்க்கும் ஆராய்ச்சி நிறுவனத்தில், என் பணிக் காலத்தில் ஈடுபட்டிருந்த பல ஆராய்ச்சிகளுக்கென பல தகவல்களை, பற்பல நாடோடிக் குழுக்கள், பழங்குடிகளிடமிருந்து திரட்டியபோது, குறிப்பொன்று கிடைத்திருந்தது. அதை சோதனைக்கு உட்படுத்தினால், என்ன கிடைக்கிறது என்று பார்ப்பதுதான் தற்காலிக நோக்கம். அந்தக் குறிப்புதான் என் ஆராய்ச்சிக்கு ஆதி மூலம்.

'அந்தக் கரு சுரைக்காய்க்குள் வைக்கப்பட்டு நாற்பது நாட்கள் ஒரு குதிரையின் கர்ப்பப்பைக்குள்ளோ அல்லது அதற்கு சமமான வேறொன்றிலோ அசைவு தெரியும் வரை வைக்கப்படவேண்டும். இப்படிச் செய்யின் அது உருவத்தில் ஓரளவிற்கு ஒரு மனித உடலையொத்த, ஆனால் உடல் முழுவதும் ஒளி ஊடுருவும் வகையினதாக மாறிவிடும். இதற்குப் பிறகு மனித ரத்தம் அதற்குள் புகுத்தப்பட வேண்டும். இப்படி நாற்பது வாரங்கள் அந்தக் கரு உயிர்ச் சத்தூட்டப்பட வேண்டும். பிறகு அது மீண்டும் ஒரு குதிரையின் கர்ப்பப்பையில் வளர அனுமதிக்கப்பட வேண்டும். இப்படிச் செய்தால் ஒரு பெண்ணின் கருவில் உருவாகும் மனிதக் குழந்தை போல் ஒரு மனித இனம் உருவாகும்.'

என் உயிரணுக்களை ஆணின் உயிர்ச்சத்துக்கள் ஏதுமின்றி கருவாக உருவாக்குவது எப்படி என்று எனக்கு ஏற்கனவே கற்பிக்கப்பட்டிருந்தது. என் எதிர்பார்ப்புகளைப் பூர்த்தி செய்யும் ஓர் ஆணை நான் சந்திக்கவில்லை என்னும்போது, நான் எதிர்பார்க்கும் தரம் கொண்ட ஆணின் உயிர்ச்சத்துக்களுக்கு நான் எங்கே போக?

அதன்படி, என் உயிர்ச்சத்து கொண்டு உருவாக்கப்பட்ட

கருவை சுரைக்காய்க்குள் வைத்து இரண்டு நாளின் பிறகு அதை எடுத்து, பரிசோதனைகள் மேற்கொள்ளவென இருந்த விலங்குகளான குரங்குகள், எலிகள், பன்றிகளுடன் பிணைத்து இருத்தி வைக்கப்பட்டிருந்த ஒரு குதிரையின் கர்ப்பப்பைக்குள் செலுத்தினேன். அதன் பிறகு அசைவு தெரியும் வரை பொறுத்தேன். நாற்பது நாட்கள் கழித்து குதிரையின் கர்ப்பப்பையைத் தொடர்ந்து கண்காணித்ததில் ஒரு அசைவு தெரிந்தது. அதனைக் கவனமாக குதிரையின் உடலிலிருந்து பிரித்தேன். பின் செயற்கை கர்ப்பப்பைக்குள் வைத்து என் ரத்தத்தைச் செலுத்தினேன். இது, நாற்பது வாரங்களுக்கு தொடர்ச்சியாக நடந்தது. முதல் கட்டம் என்பது நாற்பதாவது வாரத்தின் இறுதி.

அதற்கு நல்ல பலன் கிடைத்தது. கருவில் நல்ல வளர்ச்சி இருந்தது. நாற்பது வாரங்களுக்குப் பிறகு மீண்டும் குதிரையின் கர்ப்பப்பையில் வளர அனுமதித்தேன். மேலும் இரண்டு வாரங்களுக்குப் பிறகு ஒரு நாள் அந்தக் குதிரை ஒரு சின்ன உயிரை ஈன்றது.

உயரத்தில் ஒரு மனிதனின் கையளவு மட்டுமே இருந்த அது, குதிரையின், ஜனன நீரில் நெளிந்தபடி ஒரு சின்னஞ்சிறிய மனிதன் போலவே தோற்றமளித்தது. நான் அதை எட்டிப்பார்க்கையில், என் முகம் அந்தப் புதிய உயிரில் பிரதிபலித்தது. ஒரு 'ஜுவனைல் சர்ஜன்' மீன் போல உடல் முழுவதும் கண்ணாடி போல் ஒளியை ஊடுருவச்செய்யும் அளவிற்கு இருந்தது. மண்டை ஓடு, எலும்புகள் என எல்லாமே கண்ணாடி போல் ஒளி ஊடுருவும் வகைக்கு இருந்தது கண்டு நான் சற்றே வியந்தேன். எலும்புகள் வலு குன்றிக் காணப்பட்டன. அதனால், நீரில் வளையும் நாணல் போல் அவள் படர்ந்து கிடந்தாள். எந்த வித ஊடுகதிர் கருவிகளின் உதவியுமின்றி என்னால், அந்தச் சின்னஞ்சிறிய மனிதனின் உடல் உள்ளுறுப்புகளைப் பார்க்க முடிந்தது.

மனிதனைப் போலவும், மீன் போலவும் ஒரே நேரத்தில் இருந்ததால், விலங்கியலின்படி, 'ஹோமோ அகந்துரஸ்'

என்று விளிக்கலாமா என்று தோன்றியது. ஆனாலும் அதன் வினோதமான உயிரியல் இயல்பின் நிமித்தம் தற்காலிகமாக, அதற்கு சோஃபியா என்று பெயரிட்டேன்.

முதன் முதலாக, சோஃபியாவிற்கு நான் உணவளிக்க எண்ணியபோது தான், அந்த வித்தியாசத்தை அவதானித்தேன். என்னிடம் கொஞ்சம் குதிரைப்பால் இருந்தது. அதைப் புகட்ட முற்பட்ட போது சோஃபியா அதனை ஏற்றுக்கொள்ளவில்லை. உணவின்றி அவள் ஒரு முழு நாளைக் கடத்தியபோது தான் அதை நான் கவனித்தேன். அவள், பால்சாரா இனப்பெருக்கம் வாயிலாக இரண்டாக பெருகியிருந்தாள். அவளையே வினோதமாகப் பார்த்துக்கொண்டிருந்த என் உருவத்தை அவள் பிரதிபலித்தாள்.

பால்சாரா இனப்பெருக்கத்திற்கான மரபணு மாற்றங்களை நான் புகுத்தியிராதபோது அந்த இயல்பை சோஃபியா எப்படிப் பெற்றிருப்பாள் என்று குழம்பினேன். விடை தேட அவளை நான் மேலும் ஆராய்ந்ததில் ஒரு விஷயம் தெரிய வந்தது. அது, ஒருவேளை அந்தத் துணைக்கோளின் இயல்பாக இருக்கலாம். துணைக்கோளின் தன்மைகளுக்கேற்ப பிறழ்வின் வேகம் கூடவோ, குறையவோ செய்யும் என்பதை நான் அறிந்துகொண்டேன்.

அதுமட்டுமன்றி, சோஃபியா சூரியனிலிருந்து வரும் ஒளியை வைத்து தன் சக்தியைப் பெறும் தன்மையையும் பெற்றிருந்தாள். குதிரை ஒரு விதமான புல்லை விரும்பி உண்ணும் விலங்கு என்பதை நான் அறிந்தே இருந்தேன், ஒரு கடல் அட்டை போல, சோஃபியா அந்தப் புல்லிலிருந்து பச்சையத்தை மட்டும் தனக்குள் சுவீகரித்துக் கொண்டாலொழிய, அந்தத் தன்மையை அவள் பெற்றிருக்க வாய்ப்பில்லை என்றே தோன்றியது. குதிரையின் கர்ப்பப்பையில் இருந்த காலத்தில், அவள் எப்படியோ இந்தப் பண்பைப் பெற்றிருக்க வேண்டும் என்று யூகிக்க அது போதுமானதாக இருந்தது.

அதன் பிறகு, சோஃபியாக்களின் கூட்டு வளர்ச்சிகளை அவதானிக்கத் துவங்கியபோது நான் அடுத்தடுத்த அதிர்ச்சிகளை

எதிர்கொள்ள வேண்டி வந்தது. சோஃபியா ஒரு வாரத்தின் முடிவில் பால்சாரா இனப்பெருக்கம் வாயிலாக நூறுக்கும் அதிகமாகப் பெருகியிருந்தாள். வழமை போல, நான் எட்டிப்பார்க்கையிலெல்லாம் என் உருவத்தைப் பிரதிபலிக்கத் தவறவில்லை.

ஒன்றுக்கொன்று மிக அருகாமையில் இருந்ததினால், ஒட்டிணைவான விசையின் பலனாக, அவள் ஒரு பெரிய ஜெல்லி மீன் போல் தோற்றமளித்தாள். அந்த ஒட்டுமொத்த உருவத்தில், என்னிலிருந்து அவள் எடுத்துக்கொண்ட அவளது மனித உருவைத் தேடவேண்டி இருந்தது. மென்மேலும் வளர வளர அந்த ஜெல்லி மீன் உருவம் இன்னும் இன்னும் பக்கவாட்டில் விரிவடைந்து ஆராய்ச்சிக்கூடத்தின் விளிம்பை எட்டிவிடுவாள் போலிருந்தது.

இது ஒருபுறமிருக்க, இன்னொரு புறம் பகல் நேரத்தில் அவள் தொடர்ந்து ஒளித்துணுக்குகளை, ஒரு தாவரத்தின் பச்சையம் போல உறிஞ்சி வளர்ந்தபடியே இருந்தாள். வளர வளர பெருகிக்கொண்டே இருந்தாள். துவக்கத்தில் பச்சையத்தின் சக்தியைப் பெற்ற மனித உயிர் என்றே நான் எண்ணியிருந்தேன். ஆனால், நான் புரிந்துகொண்டது தவறு என்று பிற்பாடு உணர்ந்துகொண்டேன். இரவு வானின் நட்சத்திரங்களை அவள் தன் பரந்த மேனியின் மீது அழகான ஓவியம் போல் தீட்டினாள்.

துவக்கத்தில் நான் இதை, இரவு வானத்தின் பிரதிபலிப்பு என்றே நம்பியிருந்தேன். ஆனால் ஓர் இரவில், அந்தப் பிரதிபலிப்பை உற்றுக் கவனித்தபோது, இரவு வானத்தில் தெரிந்த ஒளிப்புள்ளிகளுக்கும், அவள் மீதான அதன் பிரதிபலிப்புக்கும் ஏகத்துக்கும் வித்தியாசம் இருப்பதை அவதானித்தேன். ஒரு நாள் இரவில் பிரதிபலிப்பில் தோன்றிய வால் நட்சத்திரம் ஒன்று அதற்கு அடுத்த நாள் இரவு வானில் கடந்து சென்றதை அவதானித்து, அதிர்ச்சியடைந்தேன்.

இதற்கு ஒரே ஒரு அர்த்தம் மட்டுமே இருக்க முடியும். சோஃபியா பிரதிபலிப்பது நிகழ்காலமாக இருக்க வாய்ப்பில்லை. அவள் பிரதிபலிப்பது எதிர்காலமாகத்தான் இருக்க முடியும்.

வானம் முக்காலத்தையும் காட்டக்கூடியது. முக்காலத்தையும் ஒருங்கே ஒரே காட்சியில் காட்ட வல்லது. சோஃபியா இப்போது பல்லாயிரக்கணக்கில் பெருகியிருந்தாள். முக்காலத்தையும் ஒருங்கே ஒரே காட்சியில் பல்லாயிரம் மனித மூளைகள் அவதானித்தால் என்னாகும்? சதா ஒளித்துணுக்குகளை உள்வாங்கி, ஜீரணித்து, அவற்றின் இயக்க இயல்புகளை, ஒருங்கிணைப்பை, இயங்கு ஆதாரத்தைத் தொடர்ந்து துல்லியமாக கிரகித்ததன் பலனாக, பிரபஞ்ச இயக்கத்தின் அந்தப் பின்னல் தொகுப்புப் பகுதியை சோஃபியா கற்றுத் தேர்ந்துவிட்டாளோ என்று தோன்றியது. இல்லாவிட்டால், 24 மணி நேரத்திற்குப் பிறகான வானியல் அமைப்பை எப்படி அவளால் உருவாக்க முடியும்?

ஒரு ஒளிப்பேழையுடன் சுதி சற்று தாமதமாய்ச் சேரும் ஒலிப்பேழை போல, இரவு வானமும், அதன் பிரதிபலிப்பும் இருப்பதாய்த் தோன்றியது எனக்கு.

நிகழ்காலம் என்பது எதிர்காலத்திற்கு இட்டுச்செல்வதாகிறது. கடந்த காலம் என்பது நேற்றைய நிகழ்காலமாகிறது. ஒரு ஆக்கமும், அதைத் தொடர்ந்த அழிவும், அதன் பிறகான ஆக்கமும் அடிப்படையில் ஒரு சுழற்சிதான். இந்த அமைப்பும் அதன் சாத்தியங்களும், அவற்றுக்கிடையிலான சம்பாஷணைகளுமே கடந்த காலம், நிகழ்காலம், எதிர்காலம் எனில், சோஃபியா, எதிர்காலத்தை முன்கூட்டியே கணிப்பதான, காலத்தின் மீது பரவும் ஒளித்துணுக்குகளைக் கற்பதில் பாண்டித்தியம் பெற்றுவிட்டாளோ என்றே தோன்றியது. பிரபஞ்ச இயக்கத்தில் திரும்பத்திரும்ப நிகழும் ஒரு பின்னல் தொகுப்பு இயக்கத்தை அவள் கண்டுபிடித்திருக்க வேண்டும் என்று ஊகிக்க அது போதுமானதாக இருந்தது.

இது உண்மையானால், சோஃபியாவின் புரிதலை எப்படியேனும் மனித இனம் பெற முடிந்தால், உயிரியல் ரீதியிலான ஒரு கால மானி மனித இனத்துக்குக் கிடைக்கலாம் என்று தோன்றியது. எனது கண்டுபிடிப்பை மிகவும் வாஞ்சையுடன் கொஞ்ச நான் சோஃபியாவை நெருங்கினேன். ஒவ்வொரு நாளும் அவளை

நெருக்கத்தில் பார்ப்பது போல் இப்போதும் பார்த்தேன். சோஃபியா என் முகத்தைத் தன் உடலில் பிரதிபலித்தாள்.

அவள் பிரதிபலித்த என் முகம் கூட, அன்றன்றைய முகங்கள் அல்ல, அதற்கடுத்தடுத்த நாட்களின் முகங்களாகத்தான் இருக்க முடியும். ஒருவேளை, என் முகத்திலிருந்து வெளிப்பட்ட ஒளித்துணுக்குகள் அவள் கண்டடைந்த பின்னல் தொகுப்பின் ஒரு பகுதியாக இருக்கலாம். பூமிகிரகத்தில் நான் பிறந்திருப்பதால், பூமியின் சுழற்சிக்குள், பூமியின் பல்வேறு சாத்தியங்களுள் ஒன்றாகத்தானே நானும் இருக்க வாய்ப்பிருக்கிறது? ஆக, பூமி தனக்கிருக்கும் சாத்தியங்களுள் ஒன்றை வைத்துத்தானே என்னையும், என் சூழலையும் உருவாக்க வேண்டி இருந்திருக்கும்? பிரபஞ்சத்தின் இந்தப் பகுதியில்தான் பூமியும், குருகிரகத்தின் துணைக்கோளும் இருக்கிறதெனும்போது, சோஃபியாவின் வினோதமான பிரதிபலிப்பு ஏற்கும்படியாக இருந்தது.

எனக்கு என் கண்டுபிடிப்பு புரிந்தபோது, ஆச்சர்யமாகவும், அதிர்ச்சியாகவும் இருந்தது. சோஃபி அடிப்படையில் ஒரு காலமானி போல் செயல்படுவதாகத் தோன்றியது. அவள் பிரதிபலிக்கும் காட்சிகளின் பயன்பாடுகளில் உள்ள சாத்தியங்களில் என் சிந்தையைத் தொலைத்தேன்.

சோஃபியா பிரதிபலிக்கும் காட்சிகளை முறையாக ஆராய்ச்சிக்கு உட்படுத்துங்கால், சோஃபியாவின் மூலம் மனித இனம் பிரபஞ்சத்தின் இயங்கு ரகசியங்களைத் தெரிந்துகொண்ட அதியுயர் மனித இனமாவார்கள். சோஃபியா தற்போதைய பிரபஞ்சத்தின் இயங்கு ரகசியத்தை ஒளிகளை ஆராய்வதன் மூலம் ஆராய்ந்து வெளிப்படுத்துகிறாள் என்பதை நான் புரிந்துகொண்டிருந்தேன்.

அவளைக் கண்டுபிடித்த பெருமை என்னை மட்டுமே சேரும் என்பதை உணர்கையில் பெருமையாக இருந்தது. ஏனெனில், சோஃபியா என் மரபணுவைக் கொண்டே சூல் கொண்டவள். இதை எந்த அதிகார அமைப்பாலும், பணபலத்தாலும் மாற்ற முடியாது.

ஆயினும், சோஃபியாவின் இருப்பில் பாதகங்கள் இல்லாமல் இல்லை.

சோஃபியாவின் ஆற்றல் என்னை வியக்க வைக்கிறதுதான். ஒருக்கால் சோஃபியாவை மனித இனம் தவறவிடும் பட்சத்தில் நாளை மனிதர்களாக உருவாக்கும் புத்துலகின் இயங்கு இயல்பு முற்றிலும் புதியதாக இருக்கலாம். அதன் சாதகங்கள் பலவற்றில் பிரபஞ்சத்தின் தற்போதைய இயங்கு இயல்பின் பாதகங்கள் சரிசெய்யப்படக்கூடிய ஒரு புத்தம் புதிய பார்வை கிட்டலாம். சோஃபியாவின் மூலம் தெரியவரக்கூடிய பிரபஞ்ச இயங்கு இயல்பு என்பது நம் சிந்தனையை, நம் அணுகுமுறையைத் தன் வழமைக்குள் மூழ்கடித்துவிடும் அபாயம் இருக்கிறது.

உலகம் இரண்டாய் உடைந்து ஒன்றோடொன்று போர் செய்யுமானால், போருக்குப் பின் பிறக்கும் குழந்தைகள் ஆண்களாக இருக்கத்தான் அதிக வாய்ப்பிருக்கிறது. இந்தப் பிரபஞ்சத்தின் ஆக்க நேர்த்தியில் பிழை இருப்பதாகத்தானே இதை வைத்துப் பொருள் கொள்ள வேண்டி இருக்கிறது. ஆக, இப்போதிருக்கும் உலகம் பிழையற்றது என்று எப்படி எடுத்துக்கொள்ள முடியும்? நடைமுறை உலகின் இயக்க விதிகள், புத்துலகைப் படைக்கத் தேவைப்படும் கருதுகோள்களை நாம் எட்டுவதிலிருந்து நம்மை விலக்கி வைக்கக் கூடுமென்று நான் அஞ்சுகிறேன்.

தனிப்பட்ட முறையில் சோஃபியாவின் இந்த இயல்பு, அதனால் நாம் பெறக்கூடிய அனுகூலம் மீதான என் விமர்சனம் இதுதான். இப்படிச் சிந்தித்துப் பார்க்கலாம். ஒரு சிந்தனையாளர் தான் சிந்தித்த ஒன்றை, தன் சிருஷ்டியில் புதைத்து வைக்கிறார். அவரது சிருஷ்டி அணு அணுவாக அலசப்பட்டு அவரது சிந்தனை வெளிக்கொணரப்பட்டால் அது கிட்டத்தட்ட திருட்டு தான் அல்லவா? அவர் அனுமதிக்கவில்லை. ஒருவேளை நம் பார்வையின் மீது தன் பார்வையின் பங்கு எதுவும் இருக்கக்கூடாதென அவர் நினைத்திருக்கலாம். நாமாக அவரது சிருஷ்டியைப் பீராய்ந்து, அந்த சிருஷ்டிக்குப் பின்னான அவரது சிந்தனையைக் கண்டுபிடிப்பது திருட்டு என்றே கொள்கிறேன்.

அடுத்த முறை டோரா வந்தபோது,

"இதோ என் மகளைப் பார்" என்றேன் நான், சோஃபியாவை டோராவுக்கு அறிமுகம் செய்யும் நோக்கில்.

டோரா என்னையும், சோஃபியாவையும் மாறி மாறிப் பார்த்தாள். குழப்பமுற்ற அவளைத் தெளிவடையச்செய்ய என் முட்டையைக் கொண்டு கரு உருவாக்கியதிலிருந்து துவங்கி நடந்த எல்லாவற்றையும் விளக்கினேன். ஆனால் டோராவின் முக பாவனைகளிலிருந்து, அவளுக்கு சோஃபியாவின் ஒளித்துணுக்குகளைப் படிக்கும் திறன் குறித்து எதுவும் புரியவில்லை என்பதைப் புரிந்துகொள்ள முடிந்தது. அவள் வெறும் கட்டிட வல்லுனர்தானே? அதை நான் எனக்குச் சாதகமாகப் பயன்படுத்திக்கொள்ளலாம் என்று தோன்றியது.

"எனக்கு ஒரு உதவி செய்வாயா? அவள் வெளிச்சத்திலேயே தொடர்ந்து இருந்துவிடக்கூடாது. அதே நேரம், தொடர்ச்சியான இருளும் கூடாது. இருளும், ஒளியும் சமமாக இருக்க வேண்டும். ஆதலால் அவளை வைத்திருக்க ஒரு சிறிய பேழை செய்து தருவாயா?" என்றேன் நான்.

அவள் உடனே ஒப்புக்கொண்டாள். நான் சொல்லச் சொல்ல, அவள் ஒரு பேழை செய்தாள். அதன்படி, வலமிருந்து இடமாகச் சரியும் ஒரு சரிவான கண்ணாடிப் பேழை செய்து, அதன் மீது இடமிருந்து வலமாக சுழலும் ஓர் ஒளிவிளக்கைப் பொருத்தினாள். நானும் அவளுமாக இணைந்து சோஃபியாவை அள்ளி அந்தப் பேழைக்குள் இட்டோம். எப்படி மனித உடல்களில் செல்கள் இறக்கும் விகிதத்தில் மீண்டும் பிறந்து சம நிலையை அடைகின்றனவோ அதுபோல, சோஃபியாக்களின் சம நிலையும் ஒளி மாறுபாடுகளால் சமன்படும் வகையில் அந்தப் பேழை அமைந்தது.

ஆனால், டோராவுக்கு அது தெரியாது. அவளைப் பொறுத்த மட்டில், எனக்கென அவள் தயாரித்தது ஒரு மீன் தொட்டி போன்றது என்கிற அளவில்தான் அவளது புரிதல் இருந்தது.

"பொதுவாக மற்ற எல்லா குழந்தைகளையும் வளர்க்கையில்

வரும் பிரச்சனைகள் எதுவும் உனக்கு வராமல் போகலாம். அதே நேரம் சோஃபியாவை வளர்க்கையில் வேறு எந்தத் தாய்க்கும் இல்லாத பிரச்சனைகளை நீ சந்திக்க நேரிடலாம். என்னால் கற்பனை கூடச் செய்ய முடியவில்லை, நீ என்ன விதமான இன்னல்களைச் சந்திக்க இருக்கிறாய் என்பதை" என்றாள் டோரரா.

ஒரு வகையில் அது சரிதான் என்று தோன்றியது.

சோஃபியா ஒரு சாதாரணக் குழந்தை அல்ல. அவள் பிரத்தியேகமானவள். மற்ற குழந்தைகள் போல் ஆணின் உயிர்ச்சத்தைக் கோராதவள். என் ரத்தத்தால் மட்டுமே சூல்கொண்டவள். இவளை விடவும் ஒரு பரிசுத்தமான குழந்தையை ஒரு தாயால் எப்படிப் பெற்றெடுக்க முடியும்?

அவள் மீது சூரிய ஒளி விழுவதைத் தடுத்து, அவளின் இயங்கு இயல்பை நான் மாற்ற முனைவதாக எவரேனும் என் மீது குற்றம் சொல்லலாம். இந்தப் பூமியில் துவக்கத்தில் ஒரு மனிதனின் ஆயுள் இருபது வருடங்களுக்கு மிகாமல்தான் இருந்திருக்கவேண்டும். பிற்பாடு உளி, பாறைகள், சிற்பங்கள், மொழி, ஓலைச்சுவடிகள், கல்வெட்டுக்கள், போன்றவற்றால் மனிதன் தன் நினைவடுக்குகளை வளர்த்துக்கொண்டதன் பயனாக மருத்துவத் திறன்களை விஸ்தரித்துக்கொண்டதன் நீட்சியாகத் தன் ஆயுளையும் நீட்டித்துக்கொண்டான். அதன் பக்க விளைவுகளாக காதல், அன்பு, பாசம் போன்றவற்றுக்கெல்லாம் புதிது புதிதான அர்த்தங்கள் கற்பித்துக்கொள்ள முடிந்தது. இது ஆதி மனிதனின் இயங்கு இயல்பை மாற்றுவது தானே? அது சாத்தியமென்றால், அது நியாயமென்றால், அது சரியென்றால், நான் செய்வது மட்டும் எப்படிக் குற்றமாகும்?

சோஃபியா என் உதிரம், அவள் இன்னொரு நான்.

சோஃபியா காலத்தினூடே நிகழும் மாறுதல்களை ஒளியின் மூலம் படிக்கிறாள். அவளுடன் பேச அவளின் ஓவியங்களைப் புரிந்துகொள்ளவும், அதன் வழி அவளுடன் பேசவும் நான் முயல வேண்டும். ஆனால் அது, மறைமுகமாக, அவள்

போன்றே என்னையும் காலத்தினூடே நிகழும் மாறுதல்களைத் தெரிந்துகொள்ள வைக்கும். இயல்பில், ஒரு மனித உயிராக, இந்தப் புதிய பரிமாணத்துக்கென நான் உருவாக்கப்படவில்லை. இதன் விளைவுகளை என்னால் யூகிக்க முடியவில்லை. இது, பூமிகிரகம் எல்லோருக்கும் அளிக்கக்கூடிய ஆச்சரியங்களையும், அதிர்ச்சிகளையும் எனக்கு மட்டும் இல்லாமலாக்கலாம். என் மகளின் நிமித்தம் அதை நான் எவ்விதம் எதிர்கொள்ள இருக்கிறேன் என்பது குறித்து இன்னும் நான் யோசிக்கவில்லை. ஒருவேளை நான் யோசிக்கத்தொடங்கினால், என் மகள் மீதான என் கவனம் திசைமாறிச் சென்றுவிடக்கூடும். அதில் எனக்கு விருப்பமில்லை.

“அதனால் என்ன? ஒரு ஆரோக்கியமான குழந்தையைப் பெற்றவர்களைக் காட்டிலும், பூவுலகின் முதல் ஊனமுற்ற குழந்தையைப் பெற்றவளுக்கு, அந்தக் குழந்தை அதுவரை கண்டிராத புத்தம் புது அனுபவங்களைத்தானே தந்திருக்கும். அப்படித்தானே பூவுலகில் பிறந்த முதல் தாய் தன் பிள்ளையை வளர்த்திருப்பாள். நான் அந்த முதலாவது தாயாகிவிடலாம் என்று இருக்கிறேன்” என்றேன் நான் தன்னம்பிக்கையுடன்.

டோரா சட்டென எதுவும் பேசவில்லை. சற்று நேரம் அமைதி காத்தாள். அவள் கண்கள் இடமும் வலமுமாகத் தொடர்ந்து அசைந்தன. இறுதியில், ஏதோ ஒரு அனுமானத்துக்கு வந்தவளாய்,

“தெரிந்தோ தெரியாமலோ நீ ஒரு புத்துலகை சிருஷ்டிக்கிறாயோ என்று தோன்றுகிறது, க்ளாரா... ஆண் இனத்தின் தேவை இன்றி, பெண் இனம் மட்டுமே தழைக்கும் வழக்கத்திற்கு அடித்தளம் அமைக்கிறாயோ என்று அஞ்சுகிறேன்” என்றாள் டோரா சற்றே பீதியுடன்.

அவள் எதைக் குறிப்புணர்த்துகிறாள் என்பது எனக்கு விளங்காமல் இல்லை. பூவுலகில் முதல் உயிர்- பெண் இனமாகத்தான் இருந்திருக்க வேண்டும். பால்சாரா இனப்பெருக்கமே உயிர் தழைப்பு இயக்கமாகத் தொடக்கத்தில் இருந்திருக்க வேண்டும். பிற்பாடு, ஆண் இனம் என்பது ஒரு மரபணு பிறழ்வாகவே

இப்பூவுலகில் உதித்திருக்க வேண்டும். நான் தீர யோசித்தேன். புரிதலில் எனக்கொரு பிடிமானம் ஏற்பட்டதன் விளைவாக,

"எது, இரண்டாவதாக வந்ததோ அது முதலில் வழக்கொழிவதில் என்ன ஆச்சர்யம் இருக்க முடியும்?" என்றேன் நான் திடமாக.

★★★

ராம்பிரசாத்

அமெரிக்க தமிழ் எழுத்தாளர் ஆவார். கணினியில் பொறியியல் பட்டமும், வணிக நிர்வாகத்தில் முதுநிலைப் பட்டமும் பெற்றவர். மயிலாடுதுறையைப் பூர்வீகமாகக் கொண்ட இவர், கணினி மென்பொருள் நிறுவனங்களுக்கென 2008 தொடங்கி இங்கிலாந்து, ஹாங்காங் ஆகிய நாடுகளில் பணியில் இருந்திருக்கிறார். தற்போது அமெரிக்காவில் பணியில் இருக்கிறார். ஆங்கிலம், தமிழ் ஆகிய இரண்டு மொழிகளிலும் எழுதும் திறன்கொண்ட இவர், பதின்மூன்றுக்கும் மேற்பட்ட நூல்களை எழுதியுள்ளார். ஆனந்த விகடன், உயிர்மை, கணையாழி, சொல்வனம், பதாகை, கனலி, வாசகசாலை போன்ற இதழ்களில் இவரது கவிதைகளும், சிறுகதைகளும் தொடர்ந்து வெளியாகிக்கொண்டிருக்கின்றன. அறிவியல் புனைவுகள் மற்றும் கணிதப் புனைவுகளே இவரது நிபுணத்துவத்தை வெளிப்படுத்தும் ஆக்கங்களாக இருக்கின்றன. மின்னஞ்சல்: ramprasath.ram@gmail.com

தோல்வி

தங்கராசா இராஜராயேஸ்வரி

மோகனதாசன் புதன்கிழமை இரவு யாழ் மத்திய பேருந்து நிலையத்தை அடைந்தான். அம்பலாங்கொடை எங்கிருக்கிறதென்றே அவனுக்குத் தெரியாது. இலங்கை வரைபடத்தை விரித்துப் பார்த்தபோது கொழும்பைத் தாண்டி காலியைத் தொடுமிடத்தில் இருந்ததாகத் தெரிந்தது. இங்கிருந்து கொழும்பு சென்று, அங்கிருந்து இன்னொரு பேருந்தைப் பிடிக்கவேண்டும். முதலில் அவனுக்கு அங்கே போகும் எண்ணம் இருக்கவில்லை. தனியே சென்று இடம் தேடும் திறமை அவனிடம் இல்லை. கார்த்திகேயன் வருவதாகச் சொன்னபோதுதான் நம்பிக்கையுடன் கிளம்பினான்.

பிரயாணத்தை நினைக்கும்போதுதான் அவனுக்குக் கசப்பாக இருந்தது. வழமையாகக் கொழும்பு செல்வதற்கே மிகுந்த மனச்சோர்வாக இருக்கும்.

கொழும்புக்கே கிட்டத்தட்ட எட்டு மணித்தியாலப் பயணம். இடையில் இரண்டு சாப்பாட்டுக் கடையில் நிறுத்துவார்கள். ஆழ்ந்த உறக்கத்தில் பேருந்தைத் தட்டி எழுப்பும் கடைக்காரனைப் பார்க்க எரிச்சலாக இருக்கும். மூச்சை நிறுத்தியபடி கழிவறைக்குப் போவதற்கு விசேசப் பயிற்சி வேண்டும். தூக்கக் கலக்கத்தில் தள்ளாடி நடந்தபடி கழிவறை வாசலில் பலர் காத்து நிற்பார்கள். அழகான பெண்களெல்லாம் தலைமயிர் பிசிறடிக்க கழுவாத முகத்துடன் பாவனைகள் கலைந்த நடையுடன் உறவுப் பெண்கள் சூழ உரையாடியபடி செல்வதை அவன் ஓரமாக நின்று பார்த்துக்கொண்டிருப்பான். அந்த இராத்திரியிலும் கொத்துரொட்டி வாங்கி முழு வெட்டு வெட்டுபவர்கள் உண்டு. சாப்பிடுவதற்காகவே பயணப்பட்டு வந்தவர்கள் போல. வழமையாக இந்நேரம் ஆழ்ந்த உறக்கத்தில்தானே இருந்திருப்பார்கள். இப்போது மட்டும் பசி எங்கிருந்து கிளம்பி வருகின்றது? சாரதியையும் நடத்துனனையும் மன்னிக்கலாம். மேலதிகமாகச் சாப்பிட்டு உடம்பில் சதை வளர்த்து நாட்டின் பொருளாதார வளர்ச்சிக்குத் தடையாக இருக்கும் அவர்களைப் பார்த்து எரிச்சல் படுவதைத் தவிர அவனால் செய்ய முடிந்தது ஒன்றுமில்லை. அவன் பயணத்தின்போது சாப்பிடுவதில்லை. வாந்தி வரும் என்கிற பயம் ஒருபுறம் இருந்தாலும், மறுபுறம் நேரம் கெட்ட நேரத்தில் சாப்பிடுவதை அவன் அறவே வெறுத்து விலக்கிவருகிறான். இதுவெல்லாம் வயசாவதற்கான அறிகுறி என்பார்கள்.

கார்த்திகேயனும் அவனும் பிரிந்து வேறு வேறு ஆசனங்களில் அமர்ந்து பயணம் செய்ய நேர்ந்தது ஒருவிதத்தில் நல்ல விடயம்தான். கார்த்திகேயன் ஓர் உளறுவாயன். சில நகைச்சுவைகள் சொல்லி அவன் மட்டும் சிரிப்பான். நாகரிகம் கருதியே சேர்ந்து சிரிக்கவேண்டியிருக்கும். மோகனதாசன் சர்வதேச தனிமை விரும்பிகள் சங்கத்தின் இலங்கைப் பிரதிநிதி. அவன் மூன்று பேர் அமரக்கூடிய ஆசனத்தின் நடுவிலிருந்தான். நான்கு கிழவந்தடிகளைச் சேர்த்து வைத்ததுபோல அவனுடைய உடம்பு இருக்கும். ஆனால் அருகிருந்த இருவரும் நான்கு நான்கு மோகனதாசன்களைச் சேர்த்து வைத்தாற்போலிருந்தார்கள்.

உடல் பருத்தவர்கள் மீது கோபம் எழுகிற தருணங்களில் இதுவும் ஒன்று. அவர்கள் நெரித்த நெரிப்பில் நான்கு கிழவந்தடிகள் இரண்டாகக் குறையும் போலிருந்தது. பக்கத்தில் இருந்த கிழவன் அடிக்கடி கேள்விகள் கேட்டு கார்த்திகேயன் இல்லாத குறையைத் தீர்த்து வைத்தான்.

கொழும்பு மத்திய பேருந்து நிலையத்தில் இறங்கியதும் கார்த்திகேயன் தன்னுடைய இரண்டு பயணப்பொதிகளையும் மோகனதாசனின் இரண்டு தோள்களிலும் தொங்கவிட்டுவிட்டு கழிவறைக்குள் புகுந்துவிட்டான். தன் சொந்தப் பயணப்பொதியுடன் சேர்த்து மூன்று பயணப்பொதிகளும் முப்புறமும் தொங்க கொழும்பில் மட்டும் அவன் கண்ட பெரிய எலிகள் ஒன்றை ஒன்று துரத்தி விளையாடுவதைப் பார்த்தபடி மோகனதாசன் காத்திருந்தான். கழிவறை வாசலில் நின்று காசு வாங்கியவனின் பார்வையை வேறு சமாளிக்கவேண்டியிருந்தது. கார்த்திகேயன் நீண்ட நேரமாக வெளியில் வரவில்லை. அவனுடைய தோள்மூட்டுக்கள் இரண்டும் உடலிலிருந்து தனிநாடு கேட்டுப் பிரிந்துவிடும் போலிருந்தது. நின்ற நிலையில் அருச்சுன தவம் செய்துகொண்டிருந்த அவனுக்கு ஒருவாறு கார்த்திகேய தரிசனம் கிடைத்தது. கார்த்திகேயன் வேகமாக வந்து அவனது தோள்களில் தொங்கிய பொதியொன்றிலிருந்து தூரிகை பற்பசை சவர்க்காரம் அடங்கிய பெட்டியை எடுத்துக்கொண்டு கிட்டத்தட்ட குளிக்கும் ஏற்பாடுகளோடு மீண்டும் உள்ளே போனான்.

நிர்மலராஜா கைபேசி அழைப்பெடுத்தான். மோகனதாசன் கைபேசியைக் காற்சட்டைப் பைக்குள் வைத்திருந்தான். அவனுடைய கைபேசியின் ஒலிவாங்கி பழுதடைந்திருந்தது. ஒரு கைபேசி மருத்துவனிடம் கொடுத்தபோது அறுநூறு ரூபா வாங்கிவிட்டு மீண்டும் அதே நிலையில் திருப்பித் தந்திருந்தான். எனவே ‘இயர் போன்’ எனப்படும் நீண்ட வயர்களுடன் கூடிய கருவி சுற்றிய நிலையில்தான் அது எப்போதும் இருக்கும். இப்போதிருக்கும் நிலையில் அதனை வெளியில் எடுப்பது சுலபமான காரியமில்லை. வயரின் ஒருமுனையைப்

பிடித்திழுத்தபோது கைபேசி உருண்டுருண்டு வெளியே வந்தது. "ஹலோ" என்றான். நிர்மலராஜா பருத்தித்துறையிலிருந்து வந்திருந்தான்.

"எங்கே நிக்கிறீங்கள்?"

கழிவறைக்கு வெளியே என்று சொன்னபோது 'இதோ வருகிறேன்' என்றான் நிர்மலராஜா. இன்னொரு கழிவறைத் தொகுதிக்குள் புகுந்து தேடி முடியாமல் மீண்டும் கைபேசி அரைகுறை விளக்கங்கள் பெற்று ஒருவாறு வந்து சேர்ந்தான் நிர்மலராஜா. அவனுடன் வந்து சேர்ந்த இன்னொருவன் பெயர் யோகானந்த உருண்டையான முகத்துடன் அதற்குள் உருண்டையான விழிகளுடன் ஓரளவு அழகுடன் ஓரளவு உயரத்துடன் ஓரளவு தாடியுடன் இருந்தான் யோகானந்த இடம் திருகோணமலை.

கொடுக்கவேண்டிய பத்து ரூபாவிற்கு என்னவெல்லாம் செய்யமுடியுமோ அவ்வளவெல்லாம் செய்துவிட்டு கார்த்திகேயன் வெளியே வந்தான். அவன் வெளியே வந்த சமயம் காசு வாங்குபவன் இல்லை. பக்கத்தில் ஒரு உண்டியல் இருந்தது. அது ஆதரவற்றவர்களுக்கு உதவுவதற்கானது. அதற்குள் காசைச் செருகிவிட்டு கார்த்திகேயன் வெளியே வந்தான். மோகனதாசன் போனபோது காசு வாங்குபவன் வந்துவிட்டதால் கார்த்திகேயனுக்கும் சேர்த்து அவனே செலுத்தவேண்டியிருந்தது. தோள் மூட்டு வலி இலவசம். எல்லாப் பொதுக்கழிப்பறையைப் போலவே அதுவும் கேவலமாக மூக்கைத் தின்னும் மணத்துடன் கண்கொள்ளாக் காட்சியாக இருந்தது.

நால்வரும் தனித்தனியே மற்றவருக்கு அம்பலாங்கொடை போகும் வழி தெரியும் என எண்ணியிருந்தார்கள். கார்த்திகேயன் பொதுவாக "எந்த பஸ் பிடிச்சுப் போகவேணும் எண்டு தெரியுமா?" என்று கேட்டபோது அதே கேள்வியை மற்றவர்களும் ஆளுக்காள் கேட்டுக்கொண்டார்கள். மேலே தொங்கும் பலகைகளைப் பார்த்தபடி நடந்தபோது நல்ல காலமாக 'காலி அம்பலாங்கொடை' என்று எழுதப்பட்டிருந்ததைக் கண்டுகொண்டார்கள். அதற்குக் கீழே நின்றிருந்த பேருந்தின்

முகப்பில் காலி என்று எழுதப்பட்டிருந்தது. அதற்குள் நின்றிருந்த ஒருவனிடம் பேருந்து எத்தனை மணிக்குக் கிளம்பும் என்று ஆங்கிலத்தில் கேட்டபோது அவன் சிங்களத்தில் பதில் தந்தான். அது நாலரையா ஐந்தரையா என்ற விவாதத்தில் சிறிது நேரம் செலவாகியது. இருப்பினும் ஏறி அமர்ந்து உரையாடத் தொடங்கினார்கள். நால்வர் கொண்ட அணியென்றாலும் இயல்பாகவே மோகனதாசனும் கார்த்திகேயனும் ஒரு குழுவாகவும் நிர்மலராஜாவும் யோகானந்தும் இன்னொரு அணியாகவும் பிரிந்துகொண்டார்கள். கார்த்திகேயன் தேவைக்கும் அதிகமாகச் சத்தமாகத் தமிழில் உரையாடியது மோகனதாசனின் பதற்றத்தை அதிகரித்தது. சத்தத்தைக் குறைக்கச் சொன்னாலும் அவன் கேட்டபாடில்லை. சுற்றியிருப்பவர்கள் பெரும்பாலும் சிங்களவர்கள். ஏன் தேவையில்லாமல் நம்மை அடையாளப்படுத்தவேண்டும் என்பது அவன் எண்ணம்.

கிட்டத்தட்ட இரண்டரை மணித்தியாலப் பயணம். வழி நெடுகிலும் ஒருபுறம் கடல் வந்துகொண்டேயிருந்தது. கார்த்திகேயனின் கைபேசியில் செல்லும் இடம் தூரம் நேரம் என்பவற்றை அடிக்கடி அவதானித்துக்கொண்டிருந்தார்கள். ஆனாலும் கொஞ்சம் பதற்றத்துடன் வழிநெடுக அறிவிப்புப் பலகைகளைப் பார்த்தபடி வந்தான் மோகனதாசன். வேகமாக ஓடும் பேருந்தில் அமர்ந்தபடி கடைகளின் விளம்பரத் தட்டிகளில் இருந்த முகவரிகளைப் படிப்பது சிரமமாக இருந்தது. சிலர் கைகளை நீட்டி மறித்தாலும் நிறுத்தாமல் ஓடிய சாரதியைப் புரிந்துகொள்ள முடியவில்லை. தர்மசோகா கல்லூரி கடந்து பின்னால் போனபோது எல்லோரும் இறங்க ஆயத்தமானார்கள்.

இறங்கியவுடன் சாப்பிடத்தான் தோன்றியது. சாப்பாட்டுக் கடையில் நல்லகாலமாக தமிழ் தெரிந்த மலையகப் பெடியன் ஒருவன் வேலை செய்தான். அவனது உதவியுடன் சாப்பிட்டு முடித்து வெளிவந்தார்கள். வெளி இடம் என்பதால் ஒழுங்காகப் போக்குவரத்து விதிகளைப் பின்பற்றி வீதியைக் கடந்தார்கள். பேருந்து நிலையத்திற்குள் சென்று மற்றவர்கள் அமர்ந்துகொள்ள நிர்மலராஜா மட்டும் ஏற்பாட்டாளனுடன் கைபேசியில் தொடர்புகொள்ள முயற்சி செய்தான்.

ஏற்பாட்டாளனிடமிருந்து பதில் வரவில்லை. அவனை நம்பித்தான் இவ்வளவு தூரம் வந்திருந்தார்கள். நிர்மலராஜா முடியாமல் குறுஞ்செய்தி ஒன்றை அனுப்பினான். நிர்மலராஜா மற்றவர்களைப் பார்த்த பார்வையில் சங்கடம் தெரிந்தது. மோகனதாசனைப் பார்த்தபடி ஒருவர் வந்தார். அவர் அவனைப் பார்த்து ஏதோ சொல்ல ஆரம்பித்தபோது "சிங்கள தன்னா" என்றான் மோகனதாசன். அந்தச் சொற்களைத்தான் பின்னர் பல தடவை பயன்படுத்தவேண்டியிருக்கும் என்பது அப்போது அவனுக்குத் தெரியாது. அவர் தூரத்தில் இருந்த மூட்டையைக் கைகாட்டி ஏதோ சொன்னார். தான் சென்று திரும்பும்வரை அந்த மூட்டையைப் பார்த்துக்கொள்ளும்படி சொன்னதாகப் புரிந்துகொண்டார்கள். அவர் கிளம்பியதும் அடிக்கடி அந்த மூட்டையைப் பார்த்துக்கொண்டார்கள். சிறிது நேரம் கழித்து வேறொருவன் இயல்பாக வந்து அந்த மூட்டையைத் தூக்கிக்கொண்டு போனான். அப்படியானால்? இன்னொரு புறத்தில் ஒரு மூட்டை இருந்தது. இப்போது எல்லோர் கவனமும் அந்த மூட்டையை நோக்கித் திரும்பியது. அதே சமயம் ஏற்பாட்டாளனிடமிருந்து அழைப்பு வந்தது. முச்சக்கரவண்டியில் ஏறி வருமாறு சொன்னான். அப்படியானால் அந்த மூட்டையை என்ன செய்வது? அதனை அப்படியே விட்டுவிட்டு முச்சக்கரவண்டியை அழைத்தார்கள். சாரதியிடம் கைபேசியைக் கொடுக்க ஏற்பாட்டாளன் விபரம் சொன்னான்.

வீடு சென்று இறங்கியவுடன் உறக்கம் கலையாத கண்களுடன் ஒருவன் வந்தான். அவன்தான் சரித் உதான. இருபதுகளைத் தொட்ட அல்லது கடந்து சில நாட்களான வயது. முதல்நாள் பல வேலைகள் இருந்ததாகவும் அதனால் இரவு வெகு நேரம் கழித்து உறங்கப்போனதாகவும் அதனால் விடிய வந்த அழைப்பைக் கவனிக்கமுடியவில்லை என்றும் மன்னிப்பு கேட்டுக்கொண்டான். உரையாடல் எல்லாம் ஆங்கிலத்திலேதான் நடந்தது. மேல்மாடியில் அறை ஒதுக்கியிருந்தான். அறையைத் தூசு தட்டும்வரை இன்னொரு அறையில் தங்கவேண்டியிருந்தது. நிர்மலராஜா தூசு தட்டும் பணியில் உதவப்போனபோது சரித்

உதான திட்டவட்டமாய் மறுத்துவிட்டான். வசதியான அறை மற்றும் குளியலறை. உறக்கம் ஒருபுறம் நிகழ உரையாடல் மறுபுறம் நிகழ்ந்தது.

மத்தியானம் கடைக்குச் சென்று சாப்பிட்டுவிட்டு கடற்கரையில் ஓய்வெடுத்தார்கள். வெயில் வெக்கையாக இருந்தபடியால் இனிய அனுபவமாக இல்லை. வெள்ளைக்காரிகளின் அரைநிர்வாண உடல்களைத் தரிசிக்க முடிந்தது. நடந்து நடந்து முட்டிகள் வலித்தன. மறுநாளை எண்ணிப்பார்க்கையில் மனம் இலேசான பயத்தில் அதிர்ந்தது.

மோகனதாசன் மனதில் மீண்டும் இனம் புரியாத துக்கம் நுழைந்தது. அது என்ன துக்கம் என்று வகைப்படுத்த முடிவதில்லை. பயம் கலந்த துக்கம். சிறுவயதில் விடுமுறை முடிந்து பாடசாலை செல்லும் நாட்களில் இத்தகைய பயம் நெஞ்சை அடைப்பதுண்டு. அதே பயம்தான் இப்போதும். அடையாளமின்றிப் போய்விடும் கற்பனை கொண்டு வந்த பயம். சுற்றிவர இருப்பவர்கள் உற்சாகமாக உரையாடிக்கொண்டிருக்கையிலும் ஆழ்ந்த தனிமை அவனை மூடிக்கொள்ளும். ஏதோ பிரம்மாண்டமான ஒன்றின் முன்னால் தூசியாகத் தன்னை உணரும் தருணம். நீரில் மூழ்கையில் உணரும் தவிப்பைப் போல. மற்றவர் தவறாகப் புரிந்துகொள்கையில் அவர்களுக்குத் தன்னை உணர்த்த அகப்படாத சொற்கள் போல. நாளை மீண்டும் பதற்றம் கூடும். மீண்டும் மீண்டும் நுழையும் வாசலென்றாலும் தொடர்ந்து வரும் பதற்றம்.

மறுநாள். தர்மசோகா கல்லூரியின் தோமஸ் டீ சில்வா மண்டபத்திலிருந்தார்கள். முதலாவது இடத்திலிருந்தவன் என்ன நிறத்தில் விளையாடுவதென்று தீர்மானிக்க நாணயத்தைச் சுண்டினார்கள். முதல்நாள் போட்டி சொன்ன நேரத்திற்குத் தொடங்குவதில்லை என்பது வழமை. பட்டியல் ஒட்டப்பட்டதும் பதறியடித்துக்கொண்டு ஓடிப்போய் கிட்டத்தட்ட பட்டியலையே மூடுவார்கள். பட்டியலை ஒட்டியவன் வெளிவர முடியாமல் திணறுவான். கண்களின் உச்சபட்ச வலிமையைப் பயன்படுத்தி ஒரு சிலர் தூரத்திலிருந்தே வாசிக்க முயற்சி செய்வார்கள். சிலர்

பட்டியலில் விரலை வைத்துக் கோடிழுத்துத் தேடுவார்கள். மற்றவர்கள் எரிச்சலுடன் விரல் நீங்கும் வரை காத்திருப்பார்கள். சிறுவர்களின் தலைகள் பட்டியலின் கீழ்ப்பகுதியை மறைத்துத் தேடும். பட்டியலில் தங்கள் இடத்தைக் கண்டுகொண்டவர்கள் வெற்றிப்புன்னகை புரிந்தாலும் சூழ இருப்பவர்களைத் தாண்டிவரும்வரை அவர்கள் மீண்டும் முகச்சுளிப்புடன்தான் இருக்கவேண்டும்.

மோகனதாசனுக்கு 139 வது மேசை. தன் பதற்றத்தை வெல்ல மனதிற்குள் அறிவுறுத்திக்கொண்டாலும் அவ்வறிவுறுத்தலே அவனது பதற்றத்தை அதிகரிக்கச்செய்யப் போதுமானதாக இருந்தது. அவனோடு விளையாடியவள் மல்மி என்ற சிறுமி. அவள் ஒரு தரவரிசைப்படுத்தப்படாத வீராங்கனை. *(Unrated Player)* அவனது தரக்கணிப்பு *(Rating)* 1319. இருந்தாலும் அவதானத்துடனேயே விளையாடினான். இரண்டு மூன்று நகர்வுகளிலேயே அவளுடைய தரம் என்னவென்று கண்டுகொண்டான். 14வது நகர்விலேயே அவளை வெற்றிகொண்டான். தோற்றது குறித்து அவளுக்கு எந்தக் கவலையும் இருந்ததாகத் தெரியவில்லை. விளையாட்டை சுலபமாக முடித்துக்கொண்டதால் நேரம் நிறைய இருந்தது. அந்த நேரத்தை வைத்து என்ன செய்வதென்றே தெரியவில்லை. அரங்கின் மேல் தளத்தில் ஏறி அமர்ந்து நித்திரைகொண்டான்.

அடுத்த போட்டி நிச்சயம் சுலபமானதாக இருக்கப்போவதில்லை. அடுத்த போட்டியில் கறுப்புக் காய்களுடன் விளையாடவேண்டும். அவனுடைய பலவீனமே அதுதான். கறுப்புக் காய்களுடன் அவனது தொடக்க ஆட்டம் நன்றாகவே இல்லை. முழுமையான பயிற்சியில் ஈடுபடுமளவுக்கு அவனுக்கு நேரமும் கிடைப்பதில்லை. இறுதி ஆட்டத்தைப் பொறுத்தவரை அவன் மிக மிகப் பலவீனமானவன். தொடக்க ஆட்டத்தையும், நடு ஆட்டத்தையும் ஒருவாறு சமாளித்துவிடுவான். ஆனால் இறுதி ஆட்டத்தில் எப்படியும் சொதப்புவான். முதற்காரணம் நேரம். ஆட்டம் இறுதிக்கட்டத்தை எட்டும்போது நேரம் குறைவாகவே இருக்கும். அதுவே பதற்றத்தை அதிகரிக்கும். மோசமான ஒரு நகர்வைச் செய்வான்.

சதுரங்கத்தைத் தன் வாழ்வின் இலட்சியமாக வரித்துக் கொண்டான். ஆனால் முப்பதாவது வயதில்தான் அதனை முறையாகக் கற்கத் தொடங்கினான். வீணான தன் இளமைக்காலம் குறித்து எப்போதும் ஒரு மனக்கவலை இருந்துகொண்டேயிருந்தது. இன்னும் காலம் போய்விடவில்லை என்று மனதைத் தேற்றிக்கொள்வான். தன்னைக் கேவலமாகப் புறக்கணித்த பெண்ணை நினைத்துக்கொள்வான். அவளிடமிருந்து தன் மனதைத் திசைதிருப்பத்தான் இந்த இலட்சியத்தை எடுத்துக்கொண்டான். படுக்கப்போகும்போது கூட சில நகர்வுகளைக் கற்பனை செய்வான். ஓய்வு நேரம் கிடைத்தால் உடனேயே சதுரங்கப்பலகையை மனம் நாடும். எத்தனை எத்தனை சதுரங்கக் காணொளிகளைப் பார்த்திருப்பான்? எத்தனை வீரர்களின் விளையாட்டை விளையாடி முடித்திருப்பான்? எத்தனை விளக்கங்களைக் கேட்டிருப்பான்? ஆனாலும் சதுரங்கம் என்பது புரியாத புதிர். அந்தப் புதிர்தான் அவனை உள்ளிழுக்கிறது; அலைக்கழிக்கிறது. எத்தனை போட்டித் தொடர்கள்? ஒவ்வொரு போட்டித் தொடரின்போதும் நம்பிக்கையுடன் கிளம்புவான். ஒருபோதும் தனியாகத் திரும்பியதில்லை. தோல்வியோடுதான் திரும்புவான்.

எவ்வளவு பயிற்சி எடுத்தாலும் போட்டி என்று அமரும்போது சதுரங்கப்பலகை வேறுவிதமாகத்தான் தெரிகிறது. இக்கட்டான நிலைமையில் முதுகு வியர்த்து ஒழுகும். இனி அவ்வளவுதான் என்று உணரும்போது அழுகைகூட வரும். கண்ணீர் வருவதில்லை. யாராவது போட்டி பற்றி விசாரித்தால் எரிச்சல் கிளம்பும். ஒரு தோல்வியே அடுத்தடுத்த வெற்றிகளைத் தடைசெய்துவிடும். யாரும் அவனுக்கு வழிகாட்டவில்லை. அவனே அவன் வழியைத் தேர்வு செய்தான். அது அவனை எங்கே கொண்டு செல்லும்? காலம் பதில் சொல்லட்டும்.

இரண்டாவது போட்டியில் 71வது மேசைக்கு முன்னேற்றம். இப்போது அவனுடன் மோதியவன் அச்செல சில்வா. முதல் போட்டியை விட கடினமாக இருந்தது. சில்வா 'இங்கிலீஷ் ஓப்பினிங்' செய்தான். அதற்கு என்ன தடுப்பு என்று உண்மையிலேயே அவனுக்குத் தெரியாது. ஆனாலும் அவன்

'டச் டிவென்ஸ்' செய்தான். போட்டி இவ்வாறு போனது.

1. *c4 f5*
2. *Nc3 Nf6*
3. *Nf3 e6*
4. *d4 d5*
5. *cxd5 exd5*
6. *g3 g6*
7. *Bg2 Bg7*
8. *o-o o-o*

தொடக்க ஆட்டம் ஓரளவு முடிந்துவிட்டாலும் அவன் பக்கத்தில் எதிரிப்படையணி நுழையக்கூடியவாறு நிறைய ஓட்டைகள் இருந்தன. சில்வா ஒன்பதாவது நகர்விலேயே ராணியை இறக்கினான். மோகனதாசன் தனது ராணியைப் பரிமாறிக்கொள்ள உந்தினான். சில்வா நிச்சயமாக ராணியை இழக்க விரும்பமாட்டான் என்று ஊகித்தான். அவ்வாறுதான் நிகழ்ந்தது. சில்வா ராணியை வேறிடம் கொண்டு சென்றான். அந்த இடம் ராணியை வீட்டுக்காவலில் வைத்தது போல. அதன் பிறகு ஆட்டம் மோகனதாசன் கையில் வந்தது. சில்வா தனது யானையின் உதவியுடன் மோகனதாசனது காலாட்படை வியூகத்தை உடைக்க முடிவு செய்தான். மோகனதாசன் வேறுபக்கத்தில் தாக்குதல் தொடுத்தான். தாக்குதலால் எதிரிப்படை நிலைகுலைந்தது. ஆனால் தோல்வியை ஒப்புக்கொள்ளும் மனநிலையில் எதிரி இல்லை. ஏதாவது தவறு நிகழலாம் என்று எதிர்பார்த்துக் காத்திருந்தான். எட்டு மணிக்குத்தான் மோகனதாசனின் கையில் முழுவெற்றி வந்தது. நண்பர்கள் வெளியே காத்திருந்தார்கள். இரண்டு போட்டிகளில் வென்றாலும் மனதில் திருப்தி இல்லை. இரவெல்லாம் அடுத்த போட்டியைப் பற்றித்தான் நினைத்துக்கொண்டிருந்தான்.

அவனுக்குள்ள ஒரே ஒரு சாதகமான அம்சம் வெள்ளைக்காய்களுடன் விளையாடுவது. எதிராளியின் தரக்கணிப்பு அவனுடையதை விட நானூறுக்கு மேல் கூடியது. அதுவே அவனை உளரீதியாகப் பின்னுக்குத் தள்ளியது.

அவன் தன் வழமையான 'பேர்ட் ஓப்பினிங்' செய்தான். 'பேர்ட் ஓப்பினிங்' பிரபலமான தொடக்க ஆட்டம் அல்ல. அதனாலேயே அவன் தொடக்கம் அதுவாக இருந்தது. ஏனென்றால் வழமையான தொடக்க ஆட்டத்தை எல்லோரும் அறிந்து வைத்திருப்பார்கள். இந்தத் தொடக்க ஆட்டத்தில் ராஜாவின் பாதுகாப்பு நெருக்கடிக்குள்ளாவது போலிருக்கும். எனவே ஆரம்ப நிலை ஆட்டக்காரர்கள் அவசரப்பட்டு தாக்குதல் செய்ய முன்வருவார்கள். அதுவே அவர்களை வீழ்த்தும் குழி.

பதினைந்தாவது நகர்வில் சிறு தவறு. அது மாத்திரம் சரியாக அமைந்திருந்தால் போட்டி அவன் பக்கம் இருந்திருக்கும். ஆனால் ராஜாவைப் பாதுகாக்கும் நோக்குடன் ராணி திசையில் கோட்டை கட்டினான். ஆட்டம் சமநிலையை நோக்கிப் பயணித்துக்கொண்டிருந்தது. போட்டி சமநிலையில் முடிந்திருக்கும். ஆனால் 44வது நகர்வு மிக மிகத் தவறு. அதன்போது அவனுக்கு நேரம் ஒரு நிமிடத்தைவிடக் குறைவாக இருந்தது. அவன் நேரத்தையும் சதுரங்கப் பலகையையும் மாறிமாறிப் பார்த்துக்கொண்டிருந்தான். பதற்றம் அவனைத் தவறான திசையில் செலுத்தியது. அவன் அந்த நகர்வைச் செய்தவுடன் எதிராளியின் மனம் பொங்கியிருக்கவேண்டும். ஆனால் எதிராளி இக்கட்டான நிலையில் இருப்பவனைப் போல தலையை இடமும் புறமும் ஆட்டிக்கொண்டான். அவன் உணர்வுகளை ஏமாற்றுவதில் எதிராளிக்கு ஒரு சந்தோசம். தோல்வியை ஒப்புக்கொண்டு கைகுலுக்கியபோது தோன்றியது உயிரற்ற சிரிப்பு. அதன்பிறகு மோகனதாசனின் முகத்தில் இரண்டு தடவைகள் உயிரற்ற சிரிப்புகள் தோன்றின. 8 போட்டிகள் முடிந்திருந்தன. 5 வெற்றிகள் மூன்று தோல்விகள். ஒரு போட்டியை மட்டும் கௌரவமான தோல்வி என்று சொல்லலாம். மற்ற இரண்டும் தொடக்க ஆட்டத் தவறுகள். இரண்டிலும் அவன் கறுப்புக் காய்களுடன் விளையாடினான்.

ஏழாவது போட்டியின்போது ஏற்பட்ட தோல்வி மகா கேவலமானது. எதிராளி ராஜாவின் முன்னிருந்த காலாட்படையை இரண்டு பெட்டிகள் நகர்த்தினான்.

மோகனதாசன் வழமையைப் போல 'சிஸிலியன் டிஃபென்ஸ் நஜ்ரோவ் வேறியேசன்ஸ்' செய்யும் நோக்குடன் *c5* நகர்வைச் செய்தான். அவன் உடனடியாகவே *d4* செய்தான். மோகனதாசன் எதிர்பார்த்தது *Nf3*. மோகனதாசன் *cxd4* செய்தான். அவன் *c3* செய்தான். அந்தத் தொடக்க ஆட்டம் 'மோரா காம்பிட்' என்று பின்னரே அறிந்தான். அதன் பிறகு தொடர்ச்சியான தவறுகள். எதிராளி ஒரு நகர்வைச் செய்துவிட்டு எங்காவது மூலையில் இருந்தபடி பார்த்துக்கொண்டிருப்பான். மோகனதாசன் நிமிடக்கணக்கில் யோசித்துக்கொண்டிருப்பான். நகர்வைச் செய்த மறுகணம் எதிராளி பாய்ந்து வருவான். தோல்வியை ஒப்புக்கொண்டு கைகுலுக்கும்போது எதிராளியின் முகத்தில் அலட்சியப் புன்னகை இருந்தது.

இன்னும் ஒரே ஒரு போட்டி மட்டும் இருந்தது. அவன் *1000*-க்கும் *1600*-க்கும் இடைப்பட்ட தரக்கணிப்பு வரிசையில் வருகிறான். அந்த வரிசையில் மூவர் *5 1/2* புள்ளிகளோடு இருந்தனர். அதற்கடுத்த போட்டியில் அவர்கள் மூவரும் சமநிலையில் முடித்து அவன் வென்றால் மட்டுமே ஏதாவது பதக்கம் கிடைக்கும் சாத்தியம் இருந்தது. ஆனால் சமநிலை உடைப்பில் அவன்; முன்னே நிற்பானா என்று சொல்ல முடியாது. கிண்ணம் வெல்லும் எண்ணத்துடன் வந்து தன்னைத் தானே சமரசப்படுத்தி ஏதாவது ஒன்று கிடைக்காதா என்று ஏங்கும் நிலைக்கு வந்துவிட்டான். இன்னொரு போட்டியில் பார்த்துக்கொள்ளலாம் என்று மனம் சமாதானம் செய்துகொள்ளும். பிறகு தீவிர முயற்சி. நம்பிக்கை. தீர்மானம். பிறகு மறுபடியும் தோல்வி. சமரசமாகி மீண்டும் முயற்சி. இப்படியே அவன் வாழ்க்கை போய்க்கொண்டிருக்கிறது.

இறுதி நாள். ஒரே ஒரு போட்டி மட்டும். இதுவரை அவன் விளையாடிய எந்தப் போட்டித் தொடரிலும் இறுதிப் போட்டியில் வென்றதில்லை என்பது சரித்திரம். அந்த வரலாற்றை உடைப்பதற்காக அவன் களம் புகுந்தான். அவனோடு விளையாட வந்தவள் மியுனி என்ற சிறுமி. அவளருகே அவளது தாய் நின்றிருந்தாள். அவனைக் கண்டதும் அவளது தாய் "பொட்டக் உதவ் கரண்ட" என்று தொடங்கி

ஏதேதோ சிங்களத்தில் சொல்ல ஆரம்பித்தாள். அவனுக்கு தொடக்க வார்த்தைகளைத் தவிர வேறு எதுவும் புரியவில்லை. ஆனால் அவள் சொல்ல வந்ததன் சாராம்சம் என்னவென்று அவன் ஊகித்தான். ஆனால் எப்படிப் பதில் சொல்வதென்று தெரியாமல் திணறினான். அவள் ஓடிச்சென்று இன்னொரு இளம்பெண்ணைக் கூட்டி வந்தாள். ஆங்கிலத்தில் சொன்னாள்:

தோல்வி

“நீங்கள் உதவினால் இவளால் தங்கப்பதக்கம் வெல்ல முடியும்” அவள் என்ன சொல்ல வருகிறாள் என்று அவனால் ஊகிக்க முடிந்தது. ஆனால் அவன் “மன்னிக்கவேண்டும்” என்று முணுமுணுத்தான். அவள் மெல்லப் பின்வாங்கி “ஓ.கே. ஓ.கே” என்று சொல்லியபடி சென்றுவிட்டாள். மியுனியின் தாய் ஏமாற்றத்தால் தொங்கிய முகத்தோடு மியுனியிடம் ஏதேதோ அறிவுரைகள் சொன்னாள்.

அவன் வெள்ளைக்காய்களோடு விளையாடியபடியால் வழமையைப் போலவே ‘பேர்ட் ஓப்பினிங்’கோடு தொடங்கினான். தன் தொடக்கம் அவளை அதிர்ச்சியுறச்செய்யும் என்றும் நீண்ட நேரம் யோசனை செய்வாள் என்றும் எதிர்பார்த்தாள். ஆனால் அவள் அதிகம் யோசிக்கவில்லை. ‘சிஸிலியன் டிவென்ஸ்’ செய்து பழக்கப்பட்டவள் என்று தோன்றியது. மிக வேகமாக நகர்வுகளைச் செய்தாள். அவனுடைய அலட்சியமான கவனக்குறைவான நகர்வுகளுக்கு சரியான பதிலடி தந்தாள். *b4* இல் வந்தமர்ந்த அவளது குதிரையினால் அவனது காய்களின் முன்னேற்றம் தடைபட்டிருந்தது. வெகுநேரம் யோசிக்கவேண்டியிருந்தது. தோல்விப்பயம் கூட எட்டிப்பார்த்தது. மிகுந்த நிதானத்துடன் விளையாட ஆரம்பித்தான். நேரம் கரைந்துகொண்டிருந்தது. அவளுக்கு எத்தனை வயதிருக்கும்? எட்டிலிருந்து பத்திற்குள்ளிருக்கும்! இந்த வயதில் என்ன ஆட்டம் காண்பிக்கிறாள்? ஆனால் அவளது அனுபவமின்மையை அவன் தனக்குச் சாதகமாக்கிக்கொண்டான். அவளுடைய ஆபத்தான குதிரையைத் தன்னுடைய தற்காப்புக் குதிரையைக் கொடுத்து பரிமாற்றம் செய்துகொண்டான். அதன் பிறகு ஆட்டம் அவன் கையில் வந்தது. ஆனால் நடுக்கம் குறையவில்லை. அவளிடம் தோற்றால் அதைவிட அவமானம் வேறில்லை.

32வது நகர்வில் அவனது கை வலிமை பெற்றது. ராணியைப் பரிமாற்றம் செய்துகொண்டபின் *d7*இல் குதிரையை நிறுத்தியதன் மூலம் *f8*இல் இருந்த யானைக்கும் *f6*இல் இருந்த தேருக்கும் ஒரே நேரத்தில் தாக்குதல் கொடுத்தான். அனுபவம் வாய்ந்தவர்கள் தேரைத்தான் பாதுகாக்க முனைவார்கள். என்னதான் யானை பெறுமதி வாய்ந்ததாக இருந்தாலும் அதற்குப் பாதுகாப்பாக ராஜா இருந்தது. ஆனால் தேருக்குப் பாதுகாப்பாக எதுவும் இல்லை. அவள் யானையைத்தான் பாதுகாக்க முற்பட்டாள். அவனுக்குத் தேர் இலவசம். அதன்பிறகு அவளது நகர்வுகள் எல்லாம் இறுதி நேர முயற்சிகள்தான். அவளின் முகத்தில் தோல்வியின் கோடுகள் ஒவ்வொன்றாக விழ ஆரம்பித்தன. அவனுடைய காலாட்படை ஒன்று மெல்ல மெல்ல முன்னேறி ராணியாகப் பதவி உயர்வு பெறத்துடித்துக்கொண்டிருந்தது. அவள் பரிதாபமாக அவனைப் பார்த்தாள். அவன் தன் காய்களை முடிந்தளவு பரிமாற்றம் செய்துகொண்டிருந்தான். அவனைப் புறக்கணித்த முன்னைநாட் காதலி ஞாபகத்திற்கு வந்தாள். அந்தக் காதல் ஏற்கப்பட்டிருந்தால் இந்த மியுனியின் வயதில் அவனுக்கொரு பிள்ளை இருந்திருக்கலாம். காலாட்படை ராணியாவதைத் தடுப்பதற்காக அவளது ராஜா முன்னேறி வந்தது. அவன் அவளது ராஜாவை எல்லைப்படுத்தினான். அவளுக்குத் தாராளமாக நேரம் இருந்தது. அவனுக்குப் பத்து நிமிடங்களே இருந்தன. ஆனால் வெற்றிக்கு ஒரு நிமிடம்கூடத் தேவையில்லை. ஜன்னலுக்கு வெளியே அவளது தாய் பதற்றத்துடன் தெரிந்தாள். நாற்பத்தைந்தாவது நகர்வில் மியுனி தன் தோல்வியை ஒப்புக்கொள்ளும் நிலைக்கு வந்துவிட்டாள். அவர்களுடைய ஆட்டத்தை ஆட்டநடுவன் ஒருவன் வந்து சிறிது நேரம் பார்த்துவிட்டு விலகிச் சென்றான். அருகிருந்த போட்டியாளர்கள் ஆட்டம் முடிந்து எழுந்து சென்றார்கள். அவன் வெட்டுப்பட்ட காய்களைக் கையில் எடுத்து வைத்துக்கொண்டு உருட்டிக்கொண்டிருந்தான். பின்னர் நிதானமாகத் தண்ணீர் குடித்தான். அவளது கண்கள் அவனை இரகசியமாய்க் கவனித்தன. அவன் திடீரென்று கடிகாரத்தை நிறுத்தி அவளுக்கு வெற்றியை அளித்துப் போட்டியிலிருந்து

இடைவிலகினான். பிறகு சிறிது நேரம் கூட தாமதிக்காமல் வெளியே வந்தான். மாலையில் பட்டியலைப் பார்த்தபோது 8 வயதுப் பிரிவில் அவளுக்குத் தங்கப்பதக்கம் கிடைத்திருந்தது.

★★★

தங்கராசா இராஜராயேஸ்வரி

யாழ்ப்பாணத்தில் குப்பிழான் என்னும் சிறிய கிராமத்தில் விவசாயியாக வாழ்ந்து வருகிறார். சிறுவயதிலிருந்தே இவருக்கு புத்தக வாசிப்பில் ஈடுபாடு உண்டு. பல இலக்கிய போட்டிகளில் பங்கேற்று வெற்றி பெற்றுள்ளார்.

1. வேலணை பொன்னண்ணா நினைவு கவிதைப் போட்டி 2019 - 3ஆம் இடம் (அகில இலங்கை ரீதியாக)

2. தேசிய கலை இலக்கியப் போட்டி 2017 - கவிதை 1ஆம் இடம் (அகில இலங்கை ரீதியாக)

3. கவிஞர் கி.பி அரவிந்தன் 4வது ஆண்டு நினைவு இலக்கியப் பரிசு 2019 - இலங்கைத் தமிழ்க் குறும்படத் திரைக்கதைப் போட்டி - 1ஆம் இடம் (சர்வதேச மட்டம்)

4. குமுதம் இதழ் நடாத்திய சங்கக் கவிதைச் சிறுகதைப் போட்டி – ஆறுதல் பரிசு (சர்வதேச மட்டம்)

5. கவிஞர் கி.பி அரவிந்தன் 6வது ஆண்டு நினைவு இலக்கியப் பரிசு 2021 – அறிவியல் புனைகதைப்; போட்டி - 2ஆம் இடம் (சர்வதேச மட்டம்)

தேர்தல் பணி

சக்தி சோலை

மதுரை மாவட்டத்தினுள் உள்ளொடுங்கிக் கிடந்தது அந்த கிராமம். அதிலிருந்த நடுநிலைப் பள்ளிக்கு சாருலதா போனபோது நண்பகல் இரண்டு மணிதான் ஆகியிருந்தது.

அதுதான் அவள் நாளைக்குப் பணியாற்றப் போகும் தேர்தல் பூத்தா என்பதை உறுதிப் படுத்திக்கொள்ளக்கூட அங்கு யாருமில்லை. ஆனாலும் அந்தப் பள்ளியின் அறைக் கதவுகளில் ஒட்டப்பட்டிருந்த சில நோட்டீஸ்கள் அங்குதான் தேர்தல் பூத்கள் அமைக்கப்படுவதற்கான வாய்ப்புகளை உறுதிப்படுத்தின.

அங்கு நான்கு தேர்தல் பூத்கள் அமைக்கப்படுவதற்கான அறிகுறிகள் தெரிந்தன. அதிலொன்றின் புரசீடிங் ஆபிசராகப் பணியாற்றத்தான் சாருலதா போயிருந்தாள்.

அவ்வளவு சீக்கிரம் வந்திருக்க வேண்டாம் என்று நினைத்துக் கொண்டு திறந்திருந்த அறை ஒன்றிற்குள் போய் உட்கார்ந்து கொண்டாள். கொண்டு போயிருந்த லக்கேஜ் பொதியை இறக்கி தனக்கு அருகிலேயே வைத்துக்கொண்டாள். தன்னைச் சுற்றி யாருமில்லாத சந்தோஷத்தில் முகக்கவசத்தைக் கழற்றி தன்னைக் கொஞ்சம் ஆசுவாசப்படுத்திக் கொண்டாள்.

நான்கு மணிக்கு மேல் ஒவ்வொருவராக வரத் தொடங்கினார்கள். இவளுக்குக் கீழே வேலை செய்வதற்கான பி1, பி2, பி3 என்று மூவரில் பி1 மட்டும் வரவில்லை.

பி2வாக போஸ்டல் டிபார்ட்மெண்ட்டில் வேலை செய்யும் பத்மா என்னும் மாமியும் பி3 ஆக தொடக்கப் பள்ளி ஒன்றில் ஆசிரியராகப் பணியாற்றும் கேசவனும் வந்திருந்தார்கள். எல்லோருமே முகக்கவசம் அணிந்திருந்ததால் யாருடைய முகத்தையும் முழுமையாய்ப் பார்க்கக்கூட முடியவில்லை. ஆண் பெண் வித்தியாசங்களுக்கும் பெரிதாய் மதிப்பில்லை.

மாலை ஐந்து மணிக்கு தேர்தல் தளவாடங்கள் லாரியில் மொத்தமாய் வந்து இறங்கி ஒவ்வொரு அறைக்கும் பிரித்துக் கொடுக்கப்பட்டது. ஜோனல் ஆபிசரும் வந்து சேர்ந்தார். அவரிடம் போய் பி1 வராததைப் பற்றி முறையிடவும், போன் பண்ணி விசாரிக்கச் சொன்னார்.

தேர்தல் அதிகாரியால் அவளுக்கு உதவி செய்ய நியமிக்கப்பட்ட மூவரின் கைபேசி எண்களும் அவளுக்கு ஏற்கெனவே கொடுக்கப் பட்டிருந்தன. சம்பந்தப்பட்ட நபருக்கு போன் பண்ணி தன்னை அறிமுகப்படுத்திக் கொண்டதும் மடை திறந்த வெள்ளம் போல வசைகளைப் பொழியலானார்.

அவர் பொழிந்த வசை மழையின் சாரம் தேர்தல் அதிகாரிகளுக்கு அறிவே இல்லை என்பதும், மத்திய அரசு அலுவலகத்தில் அதிகாரியாக இருக்கும் தன்னைப் போய் ஒரு மாநில அரசுப்பள்ளி ஆசிரியைக்குக் கீழே பணியாற்றப் போட்டிருப்பதற்கான கோபமுமாக இருந்தது.

முத்தாய்ப்பாக தான் தேர்தல் பணிக்கு வரவே போவதில்லை

என்றும் அவர்கள் ஆனதைப் பார்த்துக் கொள்ளட்டும் என்றும் உறுதியாகச் சொல்லி போனை வைத்து விட்டார்.

அவரின் முறைப்பாட்டை ஜோனல் அதிகாரியிடம் சாருலதா சொல்லவும், "பரவாயில்ல விடுங்க மேடம்; வேற ஆளைப் போட்டுடலாம்..." என்றார் கூலாக.

"இவர் மீது ஏதாவது நடவடிக்கை எடுப்பாங்களா ஸார்..."

"பெரிசா என்னத்த நடவடிக்கை எடுத்துடப் போறாங்க. அவர்கிட்ட விளக்கம் கேட்பாங்க. அவரும் அன்னைக்கு எனக்கு நிற்காம பேதியாகிப் போய்க்கிட்டே இருந்தது; அல்லது திடீர்னு சுரம் வந்துருச்சுன்னோ பச்சையாய்ப் பொய் சொல்லி டாக்டர் சர்ட்டிபிகேட் வாங்கிக் கொடுப்பார். அதிகபட்சம் அவ்வளவு தான் நடக்கும்..." என்றவர், பி1க்கு மாற்று ஏற்பாட்டிற்காக யாரிடமோ போன் பண்ணி விசாரிக்கப் போய்விட்டார்.

பி1க்கு மாற்றாக மாலை ஆறரை மணிக்கு ஒரு சத்துணவு ஊழியை வந்து சேர்ந்தார். அவளுடைய பெயர் அலமேலு என்றாள்.

நாளைய தேர்தலை எதிர்கொள்வதற்கான வேலைகளைச் செய்யத் தொடங்கினாள் சாருலதா. சிறிதும் பெரிதுமான ஏகப்பட்ட கவர்கள். வண்ண வண்ணமாய் பல படிவங்கள். எல்லாம் கணினி மயமாகி, வாக்குகளையும் இயந்திரத்தில் பதிவு செய்யும் சூழலிலும் எதற்குத்தான் இத்தனை படிவங்களோ என்று சாருலதாவிற்கு எரிச்சலாக இருந்தது.

எழுதியதையே திரும்பத் திரும்ப எழுதிக்குவிக்க வேண்டியிருந்தது. யாருமே உதவிக்கு வராமல் கைபேசியில் பேசுவதும் பக்கத்து அறைக்குப் போய் ஏற்கெனவே அறிமுகமானவர்களிடம் பேசிக் களிப்பதிலுமே அவளுக்கு உதவியாக வந்திருந்தவர்கள் பிஸியாக இருந்தார்கள்.

அலமேலு மட்டும் சாருலதா செய்வதை எல்லாம் அவளுடனேயே இருந்து கண்கொட்டாமல் வேடிக்கை பார்த்துக் கொண்டிருந்தாள். ஆனால் அவளும் கூட பேச்சுக்குக்

கூட ஏதாவது உதவட்டுமா என்று கேட்காதது எரிச்சலாக இருந்தாலும் அவளிடம் அதைக் காட்டிக் கொள்ளவில்லை.

திடீரென்று பி2க்கு வந்திருக்கும் பத்மா மாமி "நான் இப்ப வீட்டுக்குப் போயிட்டு நாளைக்கு அதிகாலை 5 மணிக்கு வந்துரட்டுமா மேடம்...?" என்று கேட்டாள்.

"அதெப்படி மேடம் முடியும்?" என்று பதட்டமான சாருலதா, "உங்களுக்கு வீடு எங்க மேடம்...." என்று மெதுவாக விசாரித்தாள்.

"வீடு பக்கத்துல தான் மேடம். எனக்கு வெளியிடங்கள்ள படுத்தாத் தூக்கமே வராது. தூங்கலைன்னா நாளைக்கு எப்படி டியூட்டி பார்க்க முடியும்? அதான் வீட்டுல போயி தூங்கி எழும்பி குளிச்சு ரெடியாகி கண்டிப்பா காலையில அஞ்சு மணிக்குள்ள வந்துடுறேன்..."

"ஏன் மேடம் வெளி இடங்கள்ல படுத்தாத் தூக்கம் வராதா? இல்லைன்னா புருஷன் கூடப் படுக்கலைன்னா தூக்கம் வராதா?" என்று கிண்டலுடன் கேட்ட அலமேலுவை கோபமாய் முறைத்தாள் பத்மா மாமி.

"நான் அப்படி என்ன தப்பாக் கேட்டுட்டேன்; எதுக்கு மாமி இப்படி எரிச்சிடுறது மாதிரிப் பார்க்கிறீங்க...?" என்று அலமேலு மேலும் பத்மா மாமியை வெறுப்பேற்றுவது போல் பேசவும், நிலைமையைச் சமாளிக்க "வீட்டுக்குப் போயிட்டு வரமுடியாத தூரத்துல எலக்ஷன் டியூட்டி போட்டுருந்தா என்ன செய்வீங்க மேடம்? அந்தப் புது எடத்துல தூங்கித்தான ஆகணும்..." சிரித்தபடி கேட்டாள் சாருலதா.

"அப்படியெல்லாம் நடக்கவே நடக்காது மேடம். தப்பித்தவறி அப்படி போட்டுட்டாள்னா யாரையாவது பிடிச்சு டியூட்டியை மாத்திடுவேன். முடியலைன்னா டியூட்டிக்கே போக மாட்டேன். என்ன செஞ்சுடுவாங்க? இப்ப பி1 வரல. அவரை என்ன செஞ்சுடப் போறாங்க? சின்சியரா வேலை செய்றவங்களுக்குக் கிரீடமும் தரப் போறதில்ல; வராதவங்கள பெருசா தண்டிக்கப் போறதுமில்ல..." என்றாள் அவளும் சிரித்தபடி.

சாருலதாவிற்கு இலேசான பயம் வந்தது. "கண்டிப்பா வந்துடுங்க மேடம்; இல்லைன்னா காலையில பெரிய பிரச்னையாயிடும்..."

"அய்யோ வந்துடுவேன் மேடம். அப்படியே வர முடியலைன்னாலும் அது அப்படி ஒண்ணும் பிரச்னை ஆகாது மேடம். கல்யாண மண்டபங்கள்ளயும், பள்ளிக்கூடங்கள்ளயும் ஏகப்பட்ட பேரு ரிசர்வா காத்துருக்காங்க. யாரு வரலன்னாலும் அடுத்த அரை மணி நேரத்துல மாற்று ஏற்பாடு பண்ணீடுவாங்க. அதனால நீங்க வீணாய்ப் பயந்துக்காதீங்க...." என்றபடி கிளம்பிப் போனாள் பத்மா.

தெளிவானவள்தான் போலிருக்கிறது; தேர்தல் நடைபெறும் இடத்தில் தங்கப்போவதில்லை என்பதில் அத்தனை உறுதிப் பாட்டோடுதான் இருக்கிறாள். சிலர் கச்சிதமாக பிளான் பண்ணி தாங்கள் நினைப்பதைச் செயல்படுத்தியும் விடுகிறார்கள் என்று சாருலதா நினைத்துக் கொண்டாள்.

இவள் ஒருவேளை நாளை தேர்தல் தொடங்குவதற்குள் வரவில்லை என்றால் தன்பாடு திண்டாட்டமாகிவிடுமென்ற பயமும் சாருலதாவிற்குள் உதைத்தது. என்னதான் மாற்று ஏற்பாடுகள் செய்து விடுவார்கள் என்றாலும் அவர்களை இரவு பூத்திலிருந்து வெளியே போக நீங்கள் ஏன் அனுமதித்தீர்கள் என்று கேட்பார்களே, அதற்கு என்ன பதில் சொல்ல முடியும்?

'உங்க பூத்துல என்ன நடந்தாலும் நல்லது கெட்டது எல்லாத்துக்கும் நீங்கதான் பொறுப்பு, நீங்கதான் தலைமை அதிகாரி. அதனால ஒவ்வொரு விஷயத்துலயும் ரொம்ப ரொம்பக் கவனமா இருக்கணும்...' பயிற்சி வகுப்பில் சொல்லப்பட்டது நினைவுக்கு வந்து வயிற்றில் புளியைக் கரைத்தது.

இரவு ஏழு மணி அளவில் ஒரு போலீஸ்காரர் வந்து அறை வாசலில் காவலுக்கு உட்கார்ந்து கொண்டார். அவர் எல்லோரிடமும் கலகலவென்று பேசிக்கொண்டிருந்தார்.

பி1க்கு மாற்றாக வந்திருக்கும் அலமேலு, "மேடம் இராத்திரி சாப்பாட்டுக்கு என்ன பண்றது? நீங்க கட்டிக் கொண்டாந்துருக்கீங்களா...?"என்று கேட்டாள்.

“இல்லையே...! ஏதாவது ஹோட்டல்ல இருந்துதான் வாங்கிச் சாப்புடணும்...” என்றாள் சாருலதா சர்வ சாதாரணமாக.

“இந்த கிராமத்துல அதுவும் ராத்திரி நேரத்துல ஹோட்டல் எதுவும் இருக்குதா என்ன...?” என்று அலமேலு சந்தேகத்தைக் கிளப்பிய பின்புதான் சாருலதாவிற்கும் அது உறைத்தது.

இவர்கள் பேசுவதைக் கேட்டுக்கொண்டிருந்த காவலர், “தேர்தல் வேலைக்கு வந்துருக்குறோம். கைக்காசைப் போட்டு சாப்புடுறதாவது? சாப்பாடு ஏற்பாடு பண்ண வேண்டியது தேர்தல் கமிஷனோட வேலை இல்லையா...” என்று வீறாப்போடு சொல்லிப் போனவர், சிறிது நேரத்திலேயே சொன்னது போலவே நான்கு சாப்பாட்டுப் பொட்டலங்களுடனும் வந்து விட்டார்.

“என்ன மேடம் நம்மளோட ஜோனல் ஆபீசர் இப்படி சிடு மூஞ்சியா இருக்கிறார்? சாப்பாடெல்லாம் அவங்கவங்கதான் பார்த்துக்கணுமின்னு கறாராச் சொல்லீட்டார். ஹோட்டலே இல்லாத இந்த கிராமத்துல எப்படி அவங்கவங்களே சாப்பாடு ஏற்பாடு பண்ணிக்க முடியும்னு தெரியல...” என்று குறைபட்டுக் கொண்டார் காவலர்.

“அய்ய்ய்யோ அப்புறம் எப்படித்தான் ஸார் சாப்பாடு கிடைச்சது..?” என்றாள் சாருலதா.

“ஆளும் கட்சிக்காரங்களோட தேர்தல் சாவடியில போய்க் கேட்டு வாங்கியாந்தேன்...”என்றவர்,

“இந்தத் தேர்தல்ல கட்சிக்காரங்களும் உதவி செய்றாப்புலயே இல்ல மேடம். ஆளும் கட்சியா இருக்கிறவங்க, எப்படியும் நாம ஜெயிக்கப்போறதில்ல; அப்புறம் எதுக்கு செலவழிக்கணும்னு தயங்குறாங்க. ஜெயிக்கப்போறதா சொல்லப்படுகிற எதிர்க்கட்சிக்காரங்களும், ஜெயிச்சு வந்தாப் பார்த்துக்கலாம்ன்ற மனநிலையில இருக்கிறாங்க...” என்று அலுத்துக் கொண்டவர், “போன தேர்தல்ல எல்லாம் ஆளும்கட்சிக்காரங்க எப்படி கவனிச்சாங்க தெரியுமா...?” மலரும் நினைவுகளில் மூழ்கினார்.

தேர்தல் பணிக்கு வந்திருப்பவர்களும் காவலரும் வட்டமாக உட்கார்ந்து கொண்டு சாப்பிட்டார்கள். இரண்டு பொட்டலங்கள் சப்பாத்தியும் இரண்டு பொட்டலங்கள் புரோட்டாவுமாய் காவலர் வாங்கி வந்திருந்தார். நான்கு பேருமே புரோட்டாவும் சப்பாத்தியையும் பகிர்ந்து சாப்பிட்டார்கள்.

உணவு ஓகோவென்று இல்லாவிட்டாலும் சாப்பிடும் தரத்தில் இருந்தது. காவலர் தான் அவரின் முந்தைய தேர்தல் பணியின் போது நிகழ்ந்தவைகளை எல்லாம் பற்றி சிரிக்கச் சிரிக்க சொல்லிக்கொண்டிருந்தார்.

“இந்த ஜோனல் ஆபிசருங்களும். அவங்களுக்கு மேல இருக்கிறவங்களும் திருட்டுக் கம்மனாட்டிங்க பார்த்துக்கிடுங்க; அவங்கதான் எல்லாருக்கும் சாப்பாடு மத்த ஏற்பாடெல்லாம் பண்ணிக் கொடுக்கணும். ஆனால் ஒருத்தனும் பண்றதில்ல...” என்று கோபமாய் ஆரம்பித்தார் பி3 கேசவன்

அவரே தொடர்ந்து, “நாம தேர்தல் பணி ஆற்ற வந்துருக்கிறோம். எந்தக் கட்சிக்காரன்கிட்டயும் எதுவும் வாங்கக் கூடாது இல்லையா? ஆனால் அவனுங்ககிட்டத்தான் கையேந்த வப்பானுங்க இந்த அதிகாரிங்க. அப்புறம் தேர்தல் நடக்கும் போது அவனுங்களும் நம்மகிட்ட சலுகைகள எதிர்பார்ப்பாங்களா இல்லையா? அதுகூடப் பரவாயில்லை. போன பாராளுமன்றத் தேர்தலுக்கு என்னை ரிசர்வ்ல போட்டுருந்தாங்க. அடுத்தநாள் பைசாவே தரமாட்டேன்னுட்டாங்க.

எனக்கு மட்டுமில்ல; ஏகப்பட்ட பேருக்கு பணமே தராம பட்டை நாமம் சாத்திட்டானுங்க. காரணம் கேட்டால் அன்னைக்கு ராத்திரி அவசரமா ஆளு வேணுமின்னு நாங்க எல்லாம் தங்கி இருந்த ஸ்கூலுக்கு வந்து பார்த்தானுங்களாம். யாரும் இல்லையாம். அதனால பணம் கிடையாதுன்னு சொல்லீட்டானுங்க. கொசுக்கடியில அவனவன் ஆளுக்கொரு ரூம்ல படுத்துக் கிடந்தோம்.

ஆளு வேணுமின்னா போன் பண்ணியிருக்க வேண்டியது தானன்னு கேட்டா போன் பண்ணுனோம். யாரும்

எடுக்கலைன்னு புளுகிட்டு கடைசிவரைக்கும் காசே தராம ஏமாத்திட்டானுங்க...”ஆதங்கத்தைக் கொட்டித் தீர்த்தார் கேசவன்.

“நீங்க தேர்தல் கமிஷனுக்குப் புகார் பண்ணி இருக்கலாமே...” - சாருலதா.

“எல்லோரும் கூட்டுக் களவாணிங்க மேடம். புகார் பண்ணா மட்டும் நடவடிக்கை எடுத்துருவாங்களா என்ன...?” என்றார் கேசவன்.

கலகலப்பாகவும் சந்தோஷமாகவும் பேசிக்கொண்டிருந்த காவலர் இரவு ஒன்பது மணி அளவில் முகமெல்லாம் வாடி சோபை இழந்து போனார். அவருக்கு ஒரு போன் வந்தது. அதைக் கொஞ்சம் தூரமாய்ப் போய் பேசி வந்தவரின் முகத்தில் இருள் சூழ்ந்து விட்டது.

சாருலதா “என்ன ஸார் திடீர்னு ஒரு மாதிரியா ஆயிட்டிங்க; எதுவும் பிரச்னையா...?” என்று அக்கறையாக விசாரிக்கவும் விசும்பத் தொடங்கி விட்டார்.

“ஏழாவது படிச்சிக்கிட்டு இருக்கிற என்னோட பொண்ணு வயசுக்கு வந்துட்டாள் போலருக்கு மேடம். அவளுக்கு அதைச் சொல்லக்கூடத் தெரியல. அழுகுறாள். அவள் சொன்ன அறிகுறிகள வச்சு நானேதான் புரிஞ்சுக்கிட்டேன். தனியா வீட்டுல இருக்க பயப்படுறாள். அதான் என்ன செய்றதுன்னே தெரியல...”

“ஏழாவது படிக்கிற பொண்ணை தனியா வீட்டுல விட்டுட்டா ராத்திரி டியூட்டிக்கு வந்தீங்க...” ஆச்சர்யப்பட்டாள் சாருலதா.

“அவள் எப்பவுமே தனியா இருந்துக்குவாள் மேடம். பொதுவா பயப்படல்லாம் மாட்டாள். டீவி பார்த்துட்டு ஹோம் ஒர்க் ஏதாவது பண்ணணும்னா பண்ணீட்டுத் தூங்கிடுவாள். ஆனால் இன்னைக்கு அவளோட உடம்புல புதுசா ஏதோ நிகழ்ந்ததும் புள்ளை பரிதவிக்கிறாள்...” குரலுடைந்தது அவருக்கு.

“உங்க மனைவி என்னாச்சு ஸார்...?” என்றபடி உரையாடலில்

வந்து கலந்து கொண்டார் கேசவன்.

"என்னோட மனைவி ரெண்டு வருஷத்துக்கு முன்னால எங்க டிபார்ட்மெண்ட்லயே வேலையில இருக்கிற வேறொரு அதிகாரிகூட சேர்ந்து வாழப் போயிட்டாள்..."என்றார் காவலர் எந்த உணர்வும் இல்லாமல்.

"என்ன கொடுமை ஸார் இது? அதை இவ்வளவு சாதாரணமா சொல்றீங்க...?" அலுத்துக் கொண்டாள் சாருலதா.

"உன்னைப் பிடிக்கலைன்னு மூஞ்சியில காறித் துப்பாத குறையா இன்னொருத்தர் கூட வாழப் போறவளை எதுக்குத் தடுத்து நிறுத்தணும் சொல்லுங்க. என்ன போனவள், தன்னோட பொண்ணையும் கூடவே கூட்டிக்கிட்டுப் போயிருக்கலாம்; ஒரு ஆம்பிளையால ஒரு கட்டத்துக்கு மேல பொம்பளப் பிள்ளைகளை வளர்க்குறதுல சிக்கல் இருக்கிறதப் புரிஞ்சுக் கிட்டேன். ஆனாலும் என்ன செய்ய முடியும்...?"

"இவ்வளவு பெரிய பொண்ணை உட்டுட்டு இன்னொருத்தர் கூட ஓடிப் போக அவங்களுக்கு எப்படித்தான் மனசு வந்துச்சோ...?"குறைபட்டுக் கொண்டாள் அலமேலு.

"அக்கம்பக்கத்துல இருக்கிறவங்க யாரு கிட்டயாச்சும் உதவி கேட்கலாமே சார்...." என்றாள் சாருலதா. "நாங்க இருக்குறது ஒரு அடுக்குமாடிக் குடியிருப்புல. அங்க யாரும் யாருகூடயும் அவ்வளவா பழக்கம் வச்சுக்கிறதில்ல; அதுவும் எங்கள மாதிரி வாடகைக்குக் குடியிருக்குறவங்கள யாரும் மதிக்கக்கூட மாட்டாங்க மேடம்...."

"அப்படின்னா இப்பவே நீங்க கிளம்பிப் போயி பொண்ணைக் கூட இருந்து பார்த்துக்குங்களேன் ஸார்..."என்றார் கேசவன்.

"இல்ல ஸார். தேர்தல் முடிஞ்சு பொட்டிகளை பத்திரமா லாரியில ஏத்தி அனுப்புறது வரைக்கும் நான் எங்கயும் போகவே கூடாது. இந்த நேரத்துல அதிகாரிகள்கிட்டச் சொன்னாலும் கோபப்படுவாங்களே தவிர டூட்டி மாத்தியும் குடுக்க மாட்டாங்க. அவங்களுக்கும் பிரஷர் இருக்கும் இல்ல...! அதோட இந்த

நேரத்துல என் பொண்ணுக்கு நல்லது கெட்டது சொல்லித் தர்றதுக்கு ஒரு பொம்பளையாலதான் முடியும்...”

“உங்க சொந்தக்காரங்க யார் கிட்டயாச்சும் பேசி குழந்தைகூடப் போயி இருக்கச் சொல்லுங்களேன் ஸார்...”- சாருலதா.

“சொல்லீட்டேன் மேடம். எங்க அக்கா ஒருத்தி ஊருல இருந்து கிளம்பி வந்துக்கிட்டு இருக்கிறாள். ஆனால் அவள் எங்க வீட்டுக்குப் போறதுக்கு எப்படியும் அதிகாலை மூனு நாலு மணியாவது ஆயிடும். அதுவரைக்கும் புள்ளைக்கு துணை வேணுமே...”

“இவ்வளவு தான ஸார். இதுக்குப் போயி ஃபீல் பண்ணிக்கிட்டு. உன் வீட்டு அட்ரஸ் குடு ஸார். நான் போயி புள்ளைகூட இருந்துட்டு உங்க அக்காள் வந்ததும் கெளம்பி வந்துடுறேன்.” அலமேலு அவளாக முன்வரவும் கையெடுத்துக் கும்பிட்ட காவலர், அவளுக்கு அட்ரஸ் கொடுத்து ஆட்டோ பிடித்து அனுப்பி வைத்தார்.

பி2வாக வந்திருக்கும் கேசவன் அவருக்குத் தெரிந்தவர் இன்னொரு பூத்தில் இருப்பதாகச் சொல்லி அவருடன் படுத்துக் கொள்ள போய்விட்டார்.

சாருலதா அவளுடைய பூத் அறையில் போர்வையை விரித்துப் படுத்தாள். நீண்ட நேரத்திற்கு கொசுக்கடியில் தூக்கமே வராமல் புரண்டு கொண்டிருந்தாள். எப்படியோ அசந்து தூங்கி ராத்திரியில் யாரோ சிலர் வந்து வாக்குப்பதிவு எந்திரங்களைத் தூக்கிக் கொண்டு ஓடுவதாகவும், அவர்களைத் துரத்தி ஓட அவள் எத்தனித்த போதும், அது முடியாமல் கால்கள் நகரவே முடியாதபடிக்கு இருப்பதாகவும் கனவு கண்டு கொண்டிருந்தவளை அதிகாலை ஐந்து மணிக்கு பத்மா மாமி வந்துதான் எழுப்பினாள். அலமேலுவும் உரிய நேரத்திற்கு வந்து விட்டாள்.

இருவரையும் பார்த்ததும் தான் சாருலதாவிற்குக் கொஞ்சம் நிம்மதியாக இருந்தது. அவர்கள் இருவரும் குளித்து வாசனையாக வந்திருந்தார்கள். ஆனால் சருலதாவிற்குத் தான் குளிப்பதற்கு

தண்ணீரும் வரவில்லை. கழிப்பறையும் பயன்படுத்தும் தரத்தில் இல்லை.

இரவு மின்சாரம் இல்லாததால் மோட்டார் போட்டு தண்ணீர் ஏற்ற முடியவில்லை என்று சாக்குச் சொல்லி சமாளித்துக் கொண்டிருந்தார்கள் தேர்தல் பணியாளர்கள்.

தேர்தல் பணிக்கு வந்திருப்பவர்கள் எல்லோருமே தண்ணி இல்லாமல் அங்கும் இங்குமென்று அலைந்துகொண்டிருந்தார்கள். சாருலதாவின் பூத்தில் டியூட்டி பார்க்கும் காவலர்தான் பள்ளிக்கு அருகில் இருக்கும் ஒரு வீட்டில் போய்ப் பேசி - லேடீஸ் ஸார்; கொஞ்சம் உதவி பண்ணுங்க ஸார் என்று மன்றாடி - சாருலதா மட்டும் அவர்களின் வீட்டில் போய்க் குளித்து தயாராக ஏற்பாடுகள் செய்தார்.

கட்சிகளின் ஏஜெண்டுகள் கொஞ்சம் தாமதமாகவே வந்தார்கள். அவசர அவசரமாக ‘மாக் போல்’போட எந்திரத்தை இயக்கத் தொடங்கிய போது எரர் என்று காட்டியது.

இராத்திரி எல்லாம் நன்றாகத்தானே வேலை செய்தது சனியன் என்றபடி சாருலதா அவளுக்குத் தெரிந்த அங்கிட்டு ஒரு தட்டு இங்கிட்டு ஒரு தட்டு என்கிற வழிமுறைகளை முயன்று கொண்டிருந்த போது, மக்கள் நீதி மய்யம் கட்சியின் ஏஜெண்ட் உதவிக்கு வந்தார்.

அவர் ஏதேதோ சித்து வேலைகள் செய்து எந்திரத்தை இயங்கச் செய்து விட்டார். அப்புறம்தான் அவர் கம்ப்யூட்டர் இன்ஜினியரிங் படித்திருப்பது தெரிய வந்தது. ஒருவழியாய் மாக்போல் முடித்து உரிய நேரத்திற்குள் தேர்தலைத் தொடங்குவதற்குள் சாருலதாவிற்கு படபடப்பாகி விட்டது.

தேர்தல் தொடங்கிய அடுத்த நிமிஷம் பி1க்கு மாற்றாக வந்திருக்கும் அலமேலு தனக்கு அவ்வளவாக எழுதப் படிக்கத் தெரியாது என்று ஒரு குண்டைத் தூக்கிப் போட்டாள்.

பி1க்கு கண்டிப்பாக வேகமாக வாசிக்கத் தெரிந்திருக்க வேண்டும் என்பதால் பி3யை அவளுடைய பணியைப் பார்க்கச் சொல்லிவிட்டு, பி3 வேலையான விரலில் மை வைக்கிற

வேலையை சத்துணவு ஊழியைக்குக் கொடுத்து தேர்தலைத் தொடங்கினாள் சாருலதா.

இரக்கமுள்ள உயரதிகாரி ஒருவரின் தயவால் காவலரின் கோரிக்கை கனிவுடன் பரிசீலிக்கப்பட்டு ஓட்டுப்பதிவு தொடங்கிய கொஞ்ச நேரத்திலேயே காவலருக்கும் விடுப்பு கொடுக்கப்பட்டு விடுவிக்கப்பட்டாரென்பதை, அவருக்குப் பதிலாக புதிதாய் வேறொருருத்தர் வந்து அவரிடத்தில் பணி ஏற்றுக் கொண்டதும் சாருலதா அறிந்துகொண்டாள்.

திமுக, அதிமுக மற்றும் மக்கள் நீதி மய்யம் என்கிற மூன்று கட்சிகளிலிருந்து மட்டுமே கட்சிகளின் ஏஜெண்ட்கள் வந்திருந்தார்கள். மிகவும் இளைஞர்களாக இருந்தார்கள்.

சாருலதா அவர்களிடம் நட்புடன் பேசிக்கொண்டிருந்த போதுதான் தெரிந்தது. அவர்கள் யாருமே கட்சிக்காரர்கள் இல்லை என்பதும், கட்சியின் ஏஜெண்டாக இருந்தால் ஆயிரம் ரூபாய் கிடைக்கும் என்பதால் வந்திருக்கிறார்கள் என்பதும். கட்சிகள் எல்லாம் கார்ப்பரேட் கம்பெனிகளாக மாறிக் கொண்டிருப்பதாகத் தோன்றியது சாருலதாவிற்கு.

காலை பத்து மணிக்கெல்லாம் சாருலதாவிற்கு அகோரமாக பசிக்கத் தொடங்கியது. அப்போதுதான் அவளுக்கு உறுத்தியது. தான் காலையில் எதுவும் சாப்பிடவில்லை என்பது. வேலை மும்முரத்தில் காலை உணவையே எடுத்துக் கொள்ள மறந்து போனாள்.

ஞாபகம் இருந்தாலும் சாப்பிட உணவு கிடைத்திருக்குமா என்று தெரியவில்லை. யாருமே அவளுடைய பூத்தில் வந்து காலை உணவு பற்றி விசாரிக்கவே இல்லையே என்பது உறுத்தியது. அவள் மட்டுமல்லாமல் பூத்தில் பணியிலிருந்த யாருமே காலை உணவை எடுத்துக்கொண்டிருக்கவில்லை.

நேரம் ஆக ஆக பசி உக்கிரமாகிக் கொண்டிருந்தது. அதைப்பற்றி சட்டை செய்யாமல் நால்வருமே வேலையில் மூழ்கி பசியை மறக்க முயன்றார்கள். கட்சி ஏஜெண்டுகளுக்கு மட்டும் பேப்பர் கப்பில் டீயும் சில மேரி பிஸ்கட்களையும் ஒருத்தன் கொடுத்துப்

போனான். உள்ளே இருந்த தேர்தல் பணியாளர்களிடம் சம்பிரதாயத்திற்குக் கூட டீ வேண்டுமா என்று யாரும் விசாரிக்கவில்லை.

மதிய உணவிற்கான நேரம் வந்தபோது கட்சி ஏஜெண்டுகள் ஒவ்வொருவராக வெளியே போய் வந்து கொண்டிருந்தார்கள். அனேகமாக மதிய உணவை முடித்துக் கொண்டு வருகிறார்கள் என்று புரிந்தது. ஆனால் தேர்தல் பணியாளர்களுக்கு யாரும் உணவைக் கொண்டு வரவில்லை.

பொதுவாக ஆளும் கட்சியினர்தான் தேர்தல் பணியாளர்களுக்கு உணவு தருவித்துக் கொடுப்பார்கள். ஆனால் இங்கு யாருமே உணவு கொண்டுவந்து கொடுக்கவில்லை.

ஜோனல் ஆபிசரிடம் கைபேசியில் தொடர்புகொண்டு விசாரித்தபோது, இன்னுமா உங்களுக்கெல்லாம் சாப்பாடு வரவில்லை என்றவர், உடனேயே அனுப்பி வைப்பதாகச் சொன்னார். அவர் அப்படிச் சொல்லி ஒரு மணி நேரத்திற்கு மேலாகியும் உணவு எதுவும் வந்தபாடில்லை.

பின்னால் தான் தெரிந்தது- ஆளும் கட்சியினர் அனுப்பியிருந்த உணவுப் பொட்டலங்கள் யாவும் முதல் மூன்று பூத்களிலேயே காலியாகி, உணவு கொண்டுவந்தவன் அவன் பாட்டுக்குப் போய் விட்டிருக்கிறான் என்று.

‘எங்களுக்கு சாப்பாடு வரலைன்னா தொடர்ந்து தேர்தல நடத்த மாட்டோம் என்று சண்டை போடத் தொடங்கினார்கள். ஆனாலும் அப்படியெல்லாம் வாக்குப் பதிவை இடையில் நிறுத்த முடியாது என்கிற நிதர்சனம் புரிந்ததால் வெறுமனே பசியில் கத்தினார்களே தவிர வாக்குப்பதிவு எந்த இடையூறும் இல்லாமல் தொடர்ந்து நடந்துகொண்டுதான் இருந்தது.

இதற்கிடையில் மாலை மூன்று மணி அளவில் ஓட்டுப் போட ஒருத்தர் வந்து அவருடைய ஓட்டு ஏற்கெனவே போடப்பட்டிருப்பதற்காகக் கூச்சல் போட்டுக் கொண்டிருந்தார். ஏற்கெனவே இவருடைய ஓட்டைப் போட்டுவிட்டுப் போனவரை கட்சி ஏஜெண்டுகள் யாரும் ஆட்சேபிக்கவில்லை.

மறுபடியும் அதே பெயரில் ஓட்டுப்போட வந்திருப்பவரை உங்களுக்குத் தெரியுமா என்று ஏஜெண்ட்களிடம் கேட்டால் மூவருமே தெரியும் என்றும் சொல்லவில்லை. தெரியவில்லை என்றும் உறுதியாகச் சொல்லவில்லை. அவர்கள் கட்சிக்காரர்களும் இல்லை; இந்த ஊரைச் சேர்ந்தவர்களும் இல்லை என்பதால் அவர்களுக்குத் தெரிந்திருக்க வாய்ப்பும் இல்லை என்பது சாருலதாவிற்குப் புரிந்தது.

வந்தவர் பூத் ஸ்லிப்பும் வைத்திருந்தார். செல்லுபடியாகக்கூடிய அடையாள அட்டையும் வைத்திருந்தார். வாக்காளர் லிஸ்டில் இருக்கும் போட்டோ அவ்வளவு தெளிவாக இல்லை என்பதாலும் வந்திருப்பவர் முகமெல்லாம் தாடியுடன் இருந்ததாலும் சாருலதாவால் எந்த முடிவிற்கும் வரமுடியவில்லை.

அவரிடம் ”வாக்காளர் அட்டவணை, நீங்கள் காட்டும் அடையாளச் சீட்டு எல்லாவற்றிலும் மழுமழுவென்று சேவ் பண்ணிய முகமிருக்க நிஜத்தில் முகமே தெரியாமல் இப்படி தாடி மீசையோடு வந்திருக்கிறீர்களே, இரண்டுமே நீங்கள் தான் என்று எப்படி உறுதிப்படுத்துவது...?” என்று சாருலதா கேட்கவும் அவர் ஆவேசமாகக் கோபப்பட்டு கத்தினார்.

“மனைவி கன்சீவ்வாக இருக்கிறதால தாடி மீசை வளர்த்துக்கிட்டு இருக்கிறேன். ஜனநாயக நாட்டுல தாடி மீசை வளக்குறது ஒரு குத்தமா...?”

“அதெல்லாம் ஒரு தப்பும் இல்லீங்க...” என்று கூச்சல் போட்டவரை சமாதானப்படுத்தி, சேலஞ்ச் ஓட்டு என்று தனியாக ஒரு படிவம் கொடுத்து ஓட்டுப் போடச் சொன்னாள் சாருலதா. அவர் சந்தேகத்துடன் சாருலதாவைப் பார்த்தாலும் அவள் சொன்னபடி ஓட்டுச் சீட்டில் முத்திரை குத்தி மடித்து சாருலதாவிடம் கொடுத்துப் போனார். அதைத் தனியாக வைத்துக் கொண்டாள் சாருலதா.

“இந்தச் சிக்கலுக்கு இவ்வளவு எளிமையான தீர்வு இருக்கிறதா? அப்புறம் ஏன் மேடம் இந்தச் சின்ன அடிப்படை விஷயம் கூடப் புரியாமல் சர்க்கார் படத்துல ஒரு ஓட்டை வச்சு

முழுப்படமும் அபத்தமா எடுத்து வச்சிருந்தாங்க. அதைத் தேர்தல் கமிஷனும் எதிர்க்கவே இல்லை...” என்றாள் அலமேலு.

சாருலதா பதிலேதும் சொல்லாமல் மையமாய் சிரித்துக் கொண்டாள்.

“சரி, இவரு போட்ட ஓட்டை எண்ணுவாங்களா மேடம்?” என்று கேட்டான் திமுகவின் ஏஜெண்ட்.

“இல்ல ஸார்; எண்ண மாட்டாங்க...”

“அப்படின்னா இது கண் துடைப்பா மேடம்...?”

“அதுவும் இல்ல; வாக்கு எண்ணி முடிச்சதும், வெற்றி பெற்றவருக்கும் தோல்வி அடைஞ்சவருக்கும் மார்ஜினல் ஓட்டு வித்தியாசம் இருந்தால் மட்டும்தான் சேலஞ்ச் ஓட்டுக்களை எண்ணுவாங்க. இல்லைன்னா என்ண மாட்டாங்க...”

“அப்படி எப்பவாவது சேலஞ்ச் ஓட்டுக்களை எண்ணுகிற சூழல் வந்துருக்கா மேடம்...?”

“இல்ல; சேலஞ் ஓட்டேதொகுதிக்கு ரெண்டோ மூணோதான் வரும். அவ்வளவு ஒற்றைப் படையில வாக்கு வித்தியாசத்துல யாராவது எங்கயாவது ஜெயிச்சிருக்காங்களா என்ன? எனக்குத் தெரிஞ்சு அப்படி ஏதும் நிகழலன்னுதான் நெனைக்கிறேன்...”

ஒரு கட்டத்திற்கு மேல் அங்கிருப்பவர்களால் பசி பொறுக்க முடியாமல் ஜோனல் ஆபிசரிடம் கத்தத் தொடங்கிவிட்டார்கள். அவராலும் ஒரு கிராமத்தில் திடீரென்று சாப்பாடு ஏற்பாடு செய்வது சாத்தியமாகவில்லை போலும். வெளியில் எங்காவது காரை அனுப்பி வாங்கிவரச் செய்திருக்கலாம். ஆனால் அப்படிச் செய்ய அவருக்கு மனது இல்லையோ என்னவோ?

இரவு இருந்த காவலர் தொடர்ந்து டியூட்டியில் இருந்திருந்தால் ஒருவேளை எங்காவது ஓடிப்போய் உணவைக் கொண்டு வந்திருப்பாரோ என்னவோ என்று தோன்றியது சாருலதாவிற்கு. அவருக்குப் பதிலாக பணிக்கு வந்திருக்கும் காவலர் இவர்கள் யாருடனும் பேசவே இல்லை. அவர்பாட்டுக்கு தன் பணியை செவ்வனே செய்து கொண்டிருந்தார்.

ஏழு மணிக்குத்தான் தேர்தல் முடியும். அப்புறம் ஓட்டுப்பதிவு தளவாடங்களை எல்லாம் ஒப்படைத்துவிட்டுத்தான் பூத்திலிருந்து வெளியேற முடியும். எப்படியும் ஒன்பது பத்து மணிக்கு மேலாகி விடலாம்.

சில தேர்தல் சமயங்களில் அதிகாலை இரண்டு மூன்று மணிகூட ஆகி இருக்கிறது. எல்லாவற்றையும் ஒப்படைத்துவிட்டுக் கிளம்ப என்பது சாருலதாவிற்கு ஞாபகம் வந்து கிலி ஏற்படுத்தியது.

மேலும் இரவு சாப்பாடு கூடக் கிடைக்குமா என்று உறுதி இல்லை. தங்களின் விதியை நொந்தபடி சோர்வுடன் பணிபுரிந்து கொண்டிருந்தார்கள் எல்லோரும்.

சாருலதாவிற்கு அவளுடைய சர்க்கரை அளவு படுவேகமாகக் குறைந்துகொண்டிருப்பதை உணர முடிந்தது. மயங்கி விழுந்து விடக்கூடாது என்று மனதிற்குள் பிரார்த்தித்துக் கொண்டாள்.

மணிக்கு ஒருதரம் ஓட்டுப்பதிவு நிலவரம் பற்றி தேர்தல் கமிஷனுக்கு குறுஞ்செய்தி அனுப்பும் போது இங்கு யாரும் சாப்பிடவில்லை என்கிற செய்தியையும் அனுப்பலாமா என்று யோசித்து, அதனால் ஏதும் பிரயோசனம் இருக்கப் போவதில்லை என்பதால் எண்ணத்தைக் கைவிட்டாள்.

சாருலதா வயிற்றைச் சுருக்கிக் கொண்டு உட்கார்ந்து பார்த்தாள். புரசீடிங் ஆபிசர் என்கிற கோதாவில் கைகளைப் பின்னால் கட்டிக் கொண்டு தேர்தல் நடைபெறும் அறைக்குள்ளும் மக்கள் ஓட்டுப்போட நிற்கும் வரிசையைக் கண்காணிப்பது போலும் மெதுவாய் நடந்தும் பார்த்தாள். ஆனால் என்ன செய்தும் அவளால் பசி உணர்வை மழுப்ப முடியவில்லை.

அப்பொழுதுதான் மாலை சுமார் நான்கு மணி அளவில் தாடியும் மீசையுமாய் சேலஞ்ச் ஓட்டுப்போட்ட ஒருத்தர் ஒரு குண்டான் நிறைய சூடு பறக்குற இட்லியும் ஒரு தூக்குவாளியில கொதிக்க கொதிக்க சாம்பாரும் கொண்டுவந்து கொடுத்து “சாப்பிடுங்கம்மா...” என்று சொன்னார்.

இவர் மனித உருவில் வந்திருக்கும் தெய்வமோ என்று ஒருகணம்

சாருலதாவிற்கு சந்தேகம் வந்து அவர் தலைக்குப் பின்னால் சக்கரம் ஏதும் சுற்றுகிறதா என்று உற்றுப் பார்த்தாள்.

அவர் ஓட்டுப்போட வந்தபோது தேர்தல் பணியிலிருப்பவர்கள் பேசிக்கொண்டிருப்பதைக் கேட்டு நம்ம ஊருக்கு வந்துருக்கிறவங்க பசியும் பட்டினியுமா கெடக்கிறதான்னுட்டு வீட்டுக்கு ஓடிப்போய் மனைவியிடம் சொல்லி சமைத்துக் கொண்டு வந்ததாகச் சொன்னார். எல்லோருடைய கண்களும் பொங்கிவிட்டன.

“இப்படிப்பட்டவங்க ஊருக்கு ஒருத்தராச்சும் இருக்கிறதால தான் நாட்டுல மழை பெய்யுது; இல்லைங்களா மேடம்...” என்றாள் அலமேலு. எல்லோருமே ஆமோதித்தார்கள்.

★★★

சக்திசோலை

இயற்பெயர்: சோ.சுப்புராஜ். படிப்பு: B.E. (Civil) கட்டிடப் பொறியாளர். வயது: 58. சில்வியாமேரி என்கிற புனைப்பெயரிலும் அவ்வப்போது கதை கவிதைகள் எழுதுவதுண்டு. எண்பதுகளின் மத்தியிலிருந்து எழுதிக் கொண்டிருக்கிறார். கல்லூரியில் படிக்கும் காலத்தில் கணையாழியில் முதல் கதையும் தீபத்தில் முதல் கவிதையும் பிரசுரமானது. தமிழின் முக்கியமான வார, மாத இதழ்களில் நூற்று ஐம்பதுக்கும் மேற்பட்ட சிறுகதைகளும் சுமார் இருபது கவிதைகளும், ஐந்து குறுநாவல்களும் *மாலைமதி*யில் இரண்டு நாவல்களும் இதுவரை பிரசுரமாகியிருக்கின்றன.

மூன்று புத்தகங்கள் - *துரத்தும் நிழல்கள்* மற்றும் *பரிசுக்கதைகள் பதினெட்டு* என்னும் இரண்டு சிறுகதைத் தொகுதிகளும் *ஐங்குறுநாவல்கள்* என்னும் குறுநாவல் தொகுப்பும் - வெளியாகி இருக்கின்றன.

இதுவரைப் பெற்ற முக்கியப் பரிசுகள்:

1. பரிசுக்கதைகள் பதினெட்டு என்னும் சிறுகதைத் தொகுதிக்கு சௌமா இலக்கிய விருதுகள் – 2020 கிடைத்திருக்கிறது.

2. கல்கி, தினமணிக் கதிர், தின மலர், இலக்கிய பீடம், கவிதை உறவு, அமுதசுரபி, போன்ற வெகுசனப் பத்திரிக்கைகள் நடத்திய சிறுகதைப் போட்டிகளில் பல பரிசுகள் பெற்றிருக்கிறார்.

3. கிழக்குப் பதிப்பகம் நடத்திய சென்னை சிறுகதைப் போட்டி 2018ல் முதல் பரிசு.

4. Tamil Book Library Android Application நடத்திய சிறுகதைப் போட்டி 2018ல் முதல் பரிசு.

5. அக்கினிக்குஞ்சு இணைய இதழ் நடத்திய குறுநாவல் போட்டி 2016ல் முதல் பரிசு.

6. காக்கைச் சிறகினிலே முன்னெடுத்த கி.பி. அரவிந்தன் நினைவு புலம்பெயர்வு சிறுகதைப் போட்டி 2016ல் மூன்றாம் பரிசு.

www.ingramcontent.com/pod-product-compliance
Lightning Source LLC
LaVergne TN
LVHW100259051026
849517LV00006B/2144
* 9 7 8 9 3 9 5 5 1 1 2 4 7 *